நீதிமன்றங்களும் வழக்கு நடைமுறைகளும்

சட்டத்தமிழ் அறிஞர்
புலமை வேங்கடாசலம், எம்.ஏ., பி.எல்.,
வழக்கறிஞர் / நோட்டரி பப்ளிக்,
உறுதிமொழி ஆணையர்,
தஞ்சாவூர்.

தாமரை பப்ளிகேஷன்ஸ் (பி) லிட்.,
41- பி, சிட்கோ இண்டஸ்டிரியல் எஸ்டேட்,
அம்பத்தூர், சென்னை– 600 050.
☎ : 044 - 26251968, 26258410, 48601884

Language: Tamil

Neethimandrangalum Vazhakku Nadaimuraigalum

Author : **Pulamai Venkatachalam**
First Edition : September, 2003
Fifth Edition: September, 2014
Sixth Edition: September, 2023
Copyright : Publisher
No. of Pages : iv + 156 = 160
Publisher:
Thamarai Publications Pvt. Ltd.,
41-B, SIDCO Industrial Estate,
Ambattur, Chennai - 600 050.
Tamilnadu State, India.
Email: tamaraipublication@gmail.com
Online: www.ncbhpublisher.in

ISBN. 978-81-8804-915-8
Code No. T 024
₹ 140/-

Distributors

Ambattur (H.O.) 044 - 26359906 **Spenzer Plaza (Chennai)** 044-28490027
Trichy 0431-2700885 **Pudukkottai** 04322- 227773 **Thanjavur** 04362-231371
Tirunelveli 0462-4210990, 2323990 **Madurai** 0452 2344106, 4374106
Dindigul 0451-2432172 **Coimbatore** 0422-2380554 **Erode** 0424-2256667
Salem 0427-2450817 **Hosur** 04344-245726 **Krishnagiri** 04343-234387
Ooty 0423 2441743 **Vellore** 0416-2234495 **Villupuram** 04146-227800
Pondicherry 0413-2280101 **Nagercoil** 04652-234990

நீதிமன்றங்களும் வழக்கு நடைமுறைகளும்
ஆசிரியர் : புலமை வேங்கடாசலம்
முதல் பதிப்பு : செப்டம்பர், 2003
ஐந்தாம் பதிப்பு: செப்டம்பர், 2014
ஆறாம் பதிப்பு: செப்டம்பர், 2023

அச்சிட்டோர்: **பாவை பிரிண்டர்ஸ் (பி) லிட்.,**
16 (142), ஜானி ஜான் கான் சாலை, இராயப்பேட்டை, சென்னை - 14
☎: 044-28482441

All rights reserved. No part of this book may be reprinted or reproduced or utilised in any form or by any electronic, mechanical, or other means, now known or hereafter invented, including photocopying and recording, or in any information storage or retrieval system, without permission in writing from the publishers.

பொருளடக்கம்

இயல் —1

நீதிமன்றங்கள் 3

இயல் —2

குற்ற விசாரணை முறைச்சட்டம் 19
முக்கியப் பிரிவுகள்

இயல் —3

மாதிரிப் படிவங்கள்
வழக்குரைக்கும் அதிகார ஆவணம் 69

முன்னுரை

எனது இனிய, எளிய தமிழில் பல சட்ட நூல்களைப்படைத்த நான், *நீதிமன்றங்களும் வழக்கு நடைமுறைகளும்* என்னுந் தலைப்பில் இந்தப் புதிய நூலையும் படைத்திருக்கிறேன்.

உரிமையியல் நீதிமன்றங்களில் வழக்குகளை நடத்தும் நடைமுறையைப் பற்றி உரிமை வழக்கு, விசாரணை முறைச்சட்டம் இயற்றப்பட்டிருந்தபோதிலும் அது உரிமையியல் வழக்கின் நடைமுறை முழுமைக்கும் விளக்கமளிப்பதாக இல்லை. எனது நீண்ட நெடிய அனுபவத்தின் அடிப்படையில், நீதிமன்ற நடவடிக்கையின் ஒவ்வொரு அங்க அசைவுகளையும் தனித்தனியே உற்றுக் கவனித்து இந்த நூலை மிகவும் திறம்பட எழுதியிருக்கிறேன். தொழில் திறம்மிக்க வழக்கறிஞர் ஒருவரே இதுபோன்ற நூலைப் படைத்திடுதல் முடியும்.

உரிமையியல் வழக்கு நடைமுறை என்பது ஒரு கடல் போன்றது என்பது உண்மைதான். அதற்காக அந்தக் கடலின் ஆழத்தைக் காணாமல் இருக்க முடியுமா என்ன? உரிமையியல் வழக்கின் நடைமுறைகளை நான் ஆழங்கண்டதுடன் அந்தக் கடலில் எனது தமிழர்கள் அனைவரும் இன்பத்தோணிகளைச் செலுத்திடவும், முத்துக் குளித்திடவும், உல்லாசப் பவனி வந்திடவும் இந்த நூலை இயற்றியிருக்கிறேன்.

சட்டம் என்பது வேதமந்திரம் படித்த ஒரு சமூகத்திற்கு மட்டுமே சொந்தமானதல்ல; அப்படி ஒரு தவறான செய்தியை ஒரு குழு இந்த நாட்டில் திட்டம்போட்டுப் பரப்பிவைத்திருக்கிறது. சட்டம் மக்களுக்குச் சொந்தமானதும், மக்களால் இயற்றப்பட்டதுமாகும்.

மக்களுக்குச் சொந்தமான சட்டத்தை மக்கள் தெரிந்துகொள்ள முடியாத அவல நிலை, இந்த இந்தியத் திருநாட்டில்தான் நிலவுகிறது. இந்த அவல நிலை எமது தமிழர்களுக்கு ஏற்பட்டிடலாமோ? இந்த அவல நிலையை அகற்றிட வேண்டியே இதுபோன்ற சட்ட நூல்களை நான் தமிழில் படைத்து வருகிறேன்.

தமிழனே! நீ தன்மானத்துடன் வாழ்ந்திட, உன்னை உலகுக்கு அடையாளங்காட்டிக் கொண்டிட தமிழைப்படி, தமிழில் பேசு; தமிழைப் படிக்க, தமிழில் எழுத பேச - மறுக்கும் உன்னைத் தமிழன் என்று எப்படி நான் அழைப்பது? நீ அடிபடும்போது மட்டும் தமிழன் என்கிறாய், அடிமைப்படும்போது யாருக்கும் தெரியாமல் அடிமைப்பட்டு விடுகிறாய்!

உலகில் தாய்மொழியில் பேசுவதற்குக் கூச்சப்படும் ஒரே இனம், தமிழினம் மட்டுமே! இது உனக்கு வெட்கமாக இல்லை? நிற்க.

இந்த நூலை நான் மிகவும் கவனத்துடன் எழுதியுள்ளேன். இதனுள் என்னையும் அறியாமல் ஏதேனும் குறைகள் இருந்து அதனால் எவரேனும் பாதிக்கப்பட்டால், அதற்கு நானோ, இந்த நூலை வெளியிட்ட தாமரை பப்ளிகேஷன்ஸ் நிறுவனத்தாரோ பொறுப்பல்ல என்பதனை இதன் மூலம் தெரிவித்துக்கொள்ளுகிறேன்.

இந்த நூலின் மெய்ப்புகளைத் திருத்தியுதவிய எனது அன்பு மகள் வழக்கறிஞர். வே. கண்ணுக்கினியாள், பி.ஏ; பி.எல் அவர்களுக்கு எனது நன்றியைத் தெரிவித்துக் கொள்ளுகிறேன். நன்றி!

வணக்கம்.

இங்ஙனம்,
புலமை வேங்கடாசலம்,
வழக்கறிஞர் / நோட்டரி பப்ளிக்
உறுதிமொழி ஆணையர்.

23/15, பூக்கார இரண்டாம் தெரு,
தஞ்சாவூர். 613 001.
தொலைபேசி எண் : 338554

இயல் 1

நீதிமன்றங்கள்
(COURTS)

சர்வதேச நீதிமன்றம்

சர்வதேச நீதிமன்ற விதித்தொகுப்பு, 1945-க்கு இணங்க சர்வதேச நீதிமன்றம் 1946-இல் அமைக்கப்பட்டது. இது ஐக்கிய நாடுகளின் தலைமை நீதியமைப்பாகும். இதன் இருப்பிடம் ஹேக்கு (Hague) ஆகும். நீதிபதிகள் விரும்பும்போது, இதனை வேறு இடங்களுக்கும் மாற்றியமைத்துக் கொள்ளலாம்.

அமைப்பு: நீதிபதிகள் :

சர்வதேச நீதிமன்றம் (International Court of Justice) 15 நீதிபதிகளைக் கொண்டது.

தகுதிகள் :

சர்வதேச நீதிமன்ற நீதிபதிகளாகத் தேர்ந்தெடுக்கப்படுபவர்கள் உலகறிந்த உத்தமர்களாகவும், சர்வ தேசச்சட்டத்தில் ஏடறிந்த வல்லவர்களாகவும் இருத்தல் வேண்டும். மேலும் அவ்வந் நாட்டின் மிக உயர்ந்த நீதியமைப்பில் பணியமர்த்தப்படும் தகுதியை பெற்றிருப்பவர்களாகவும் இருத்தல் வேண்டும்.

நியமனம் :

இந்நீதிமன்ற நீதிபதிகளை ஐக்கியநாடுகளின் பொது அவை(General Assembly)யும், பாதுகாப்பு அவை(Security Council)யும், நாட்டுக் குழுவினர்களும் (National Groups), நிரந்தர நடுநிலைத் தீர்ப்புமன்ற (Permanent Court Arbitration) உறுப்பினர்களும் தயாரித்தளிக்கும் பட்டியலைக் கொண்டு தேர்ந்தெடுக்கின்றன.

பதவிக் காலம் :

சர்வதேச நீதிமன்ற நீதிபதிகளின் பதவிக்காலம் ஒன்பதாண்டுகளாகும். மூன்றாண்டுகளுக்கொருமுறை அவர்களில் மூன்றில் ஒரு பங்கினர் பதவி விலகுகின்றனர். இதற்கெனவே தொடக்கக் காலத்தில் ஐவர் ஒன்பதாண்டுக் காலத்துக்கும், ஐவர் ஆறாண்டுக் காலத்துக்கும், ஐவர் மூன்றாண்டுக் காலத்துக்கும் தேர்ந்தெடுக்கப்பட்டார்கள். ஒன்பதாண்டு பதவிக் காலத்திற்குப் பின்னரும் நீதிபதி ஒருவர் மீண்டும் சர்வதேச நீதிமன்றத்தில் நீதிபதியாகத் தேர்ந்தெடுக்கப்படலாம். இந்நீதிமன்றம் ஒரு தலைவரையும், ஒரு துணைத் தலைவரையும் தேர்ந்தெடுக்கிறது. அவர்களது பதவிக் காலம் மூன்றாண்டுகளாகும்.

ஒருவர் சர்வதேச நீதிமன்ற நீதிபதியானதும், ஐக்கிய நாடுகள் குடியுரிமையைப் பெற்று, உலகக் குடிமகனாகிற அவர் தன் சொந்த நாட்டிற்கென்று எதையும் செய்யாது ஐக்கிய நாடுகளின் பொருட்டே எச்செயலையும் செய்கிறார்.

பதவி விலக்கு :

சர்வதேச நீதிமன்ற நீதிபதி ஒருவர் பதவியிழக்க வேண்டி மற்றைய நீதிபதிகள் வாக்களித்து முடிவு செய்யும்போது, அவர் அதற்குத் தலைசாய்த்து பதவி விலகுதல் வேண்டும். பதவி இழப்பிற்குப் பிறகு அவர் தனது சொந்த நாட்டில் கூட எந்தப் பதவியையும் வகித்தல் கூடாது.

வழக்குத் தரப்பு நாடுகள் :

ஐக்கிய நாடுகளின் உறுப்பு நாடுகளும் சர்வதேச நீதிமன்றத்தின் விதித்தொகுப்பை ஒப்புக்கொண்ட நாடுகளும், இந்நீதிமன்றத்தின் வழக்குத் தரப்பு நாடுகளாகும். மற்றைய நாடுகள் ஐக்கிய நாடுகளின் இரு அவைகளின் அனுமதியைப் பெற்று இந்நீதிமன்றத்தின் வழக்குத் தரப்பு நாடுகளாகலாம்.

ஆள்வரை :

இந்நீதிமன்றம், 1) தன்விருப்ப ஆள்வரை (Voluntary Jurisdiction); 2) கட்டாய ஆள்வரை; 3) கருத்துரை வழங்கும் ஆள்வரை என மூன்று ஆள்வரைகளைக் கொண்டுள்ளது.

1. தன்விருப்ப ஆள்வரை :

எந்த அரசும் தனது தகராற்றை இந்நீதிமன்றத்தீர்ப்பிற்கு வைக்க வேண்டும் என்ற கட்டாயம் இல்லை. வழக்குத் தரப்பினர்களுக்கிடையே வழக்கெதையும் இந்நீதிமன்றத்திற்கு அனுப்பித் தீர்த்துக் கொள்வது என்று உடன்படிக்கை இருக்கும்போது மட்டுமே, அவ்வாறு அனுப்பி வைத்தல் வேண்டும். நாடுகளுக்கிடையே உடன்படிக்கை இருப்பதை வழக்குத் தரப்பு நாடுகள் இரண்டுமோ இரண்டில் ஒன்றோ நீதிமன்றத்திற்குத் தெரிவிக்கலாம்.

2. கட்டாய ஆள்வரை :

சர்வதேச நீதிமன்றத்திற்கான கட்டாய ஆள்வரை, நாடுகளின் ஒப்புதலின் அடிப்படையில் வழங்கப்பட்டதாகும்.

3. கருத்துரை வழங்கும் ஆள்வரை :

ஐக்கிய நாடுகள் அமைப்பின் பொது அவை (General Assembly) பாதுகாப்பு அவை (Security Council) ஆகியவற்றுக்கும் ஐக்கிய நாடுகளின் இதர அமைப்புகளுக்கும் சட்டத் தொடர்புடைய கருத்துரைகளை வழங்கும் அதிகாரம் இம்மன்றத்திற்கு உண்டு.

நீதிமன்றத்திற்குரிய சட்டம் :

இந்நீதிமன்றம் தன் முன்னுள்ள வழக்குகளை, சர்வதேசச் சட்டப்படியே முடிவு செய்யும்.

நீதிமன்றத் தீர்ப்பு நிறைவேற்றுகை :

இதன் தீர்ப்புரைக்கு வழக்குத் தரப்பு நாடுகள் கட்டுப்பட்டதாகும். இதற்கு வழக்குத் தரப்பு நாடு ஒன்று கட்டுப்படாதபோது, மற்றொரு வழக்குத் தரப்பு நாடு, பட்டயம் (Charter), பிரிவு 49-ன்படி பாதுகாப்பு அவையில் முறையீட்டை மேற்கொள்ளும். பாதுகாப்பு அவையும் அவ்வழக்குத் தீர்ப்புரையை மேற்கொண்டு சரியான முறையில் செயற்படுத்த, வேண்டிய நடவடிக்கைகளை மேற்கொள்ளும்.

உச்ச நீதிமன்றம் (SUPREME COURT)

உச்ச நீதிமன்றம் ஒரு தலைமை நீதிபதியையும் மற்றும் ஏழு நீதிபதிகளையும் கொண்டிருக்கும். நாடாளுமன்றம் விரும்பினால் நீதிபதிகளின் எண்ணிக்கையை மேலும் உயர்த்தலாம். நாடாளுமன்றம் உச்ச நீதிமன்ற நீதிபதிகளின் எண்ணிக்கையை, 1956-ஆம் ஆண்டில் 10

ஆகவும், 1960-ஆம் ஆண்டில் 13 ஆகவும், 1977-ஆம் ஆண்டில் 17 ஆகவும் உயர்த்தி, சட்டம் இயற்றியது. இப்போது 23 நீதியரசர்கள் உள்ளார்கள்.

உச்ச நீதிமன்றத்திற்கு நீதிபதிகளாகத் தேர்ந்தெடுக்கப் படுகின்றவர்கள் இந்தியக் குடிமக்களாக இருந்து, உயர் நீதிமன்றங்களில் ஐந்து ஆண்டுகள் நீதிபதிகளாக அல்லது 10 ஆண்டுகள் வழக்கறிஞர்களாகப் பணியாற்றியிருத்தல் வேண்டும். புகழ் வாய்ந்த சட்ட வல்லுநர்களும் சில வேளைகளில் இந்நீதிமன்ற நீதிபதிகளாகத் தேர்ந்தெடுக்கப்படுதல் உண்டு. இவர்களைக் குடியரசு தலைவர் உச்ச நீதிமன்றம் மற்றும் உயர்நீதிமன்ற நீதிபதிகளைக் கலந்தாலோசித்த பின்னரே தேர்ந்தெடுக்கின்றார்.

பதவிக்காலம் மற்றும் ஊதியம் :

உச்ச நீதிமன்ற நீதிபதிகள் 65 வயது வரையிலும் பதவி வகிப்பர். இவர்களுக்கான ஊதியம், இந்திய அரசியலமைப்புச் சட்டம், அட்டவணை 2-ல் உள்ளபடி வழங்கப்படுகிறது. தேவைப்படும்போது இவர்களுக்கான ஊதியத்தை நாடாளுமன்றம் அரசியலமைப்புச் சட்டத்திருத்தத்தின் மூலம் மேலும் உயர்த்துகிறது.

ஆள் வரைகள் :

உச்ச நீதிமன்றம் மூன்று வகையான ஆள்வரைகளைப் பெற்றுள்ளது. அவை, 1) முதலேற்பு ஆள்வரை; 2) மேல்முறையீட்டு ஆள்வரை; 3) கருத்துரை வழங்கும் ஆள்வரை என்பன.

முதலேற்பு ஆள்வரை :

1) ஒன்று அல்லது மேற்பட்ட மாநில அரசுக்கும் மத்திய அரசாங்கத்திற்கும் இடையே ஏற்படும் பிணக்குகள்.

2) மத்திய அரசாங்கத்திற்கு எதிராக ஒன்று அல்லது மேற்பட்ட மாநில அரசுகள் இருவேறு அணிகளாக இருந்து எழுப்பும் பிணக்குகள்.

3) இரண்டு அல்லது மேற்பட்ட மாநிலங்களுக்கிடையே ஏற்படும் பிணக்குகள் ஆகியவற்றைத் தீர்த்து வைப்பதற்கான ஆள்வரைகள் ஆகியன.

இத்தகைய ஆள்வரை உச்ச நீதிமன்றத்திற்கன்றி மற்றைய நீதிமன்றங்களுக்குக் கிடையாது.

மேல்முறையீட்டு அதிகாரம் :

உயர் நீதிமன்றங்கள் அனைத்துக்கும் மேல்முறையீட்டு நீதிமன்றம் உச்ச நீதிமன்றமேயாகும். ஆகையால் உயர் நீதிமன்றங்களில் உரிமையியல் மற்றும் குற்றவியல் வழக்குத் தொடர்பாக வழங்கப்படுகின்ற தீர்ப்புரை, தீர்ப்பாணை, கட்டளை ஆகியவைகளை எதிர்த்து எவரும் இந்நீதிமன்றத்தில் மேல்முறையீடு செய்யலாம்.

கருத்துரை வழங்கும் அதிகாரம் :

குடியரசுத் தலைவருக்குச் சட்டம் அல்லது பொருண்மை குறித்து ஐயம் ஏதேனும் இருந்து, அஃது உச்ச நீதிமன்றத்தின் மூலமாகவே தீர்க்கப்பட வேண்டிய நிலையில் முக்கியத்துவம் உடையதாக இருக்கும்போது, அவர் அது குறித்த ஆலோசனையை உச்ச நீதிமன்றத்திடம் வேண்டலாம். உச்ச நீதிமன்றமும் அது குறித்த ஆலோசனையைத் தக்க முறையில் குடியரசுத் தலைவருக்கு அனுப்பி வைக்கும்.

குடியரசுத் தலைவர் வேண்டிக் கொண்டதற்கேற்ப உச்ச நீதிமன்றம் ஆலோசனையை கட்டாயம் அனுப்பியே தீரவேண்டும் என்பதில்லை. அது ஆலோசனையை அனுப்பாமலும் இருக்கலாம். அதேபோல் குடியரசுத் தலைவரும் தாம் வேண்டிக் கொண்டதற்கிணங்க உச்ச நீதிமன்றம் அனுப்பிய ஆலோசனையை ஏற்க வேண்டுமென்பதுமில்லை. அதை அவர் ஏற்காமலும் இருக்கலாம்.

சிறப்பு அனுமதியின் பேரில் மேல்முறையீடு :

இந்திய அரசியலமைப்புச் சட்டம், இயல் நான்கில் யாது கண்டிருந்த போதிலும், இந்தியாவின் அனைத்து நீதிமன்றங்கள், தீர்ப்பாயங்கள் ஆகியவற்றில் வழங்கப்படும் தீர்ப்புரை, தீர்ப்பாணை, முடிவு மற்றும் தண்டனைகளை எதிர்த்து மேல்முறையீடு செய்ய உச்ச நீதிமன்றம் தமது உளத்தேர்வைப் பயன்படுத்திச் சிறப்பு அனுமதியளிக்கும்.

மதிப்புறுத்து நீதிமன்றம் :

உச்ச நீதிமன்றம் தீர்ப்புகளின் சான்று ஆதாரங்களின் இருப்பிடமாகும். அதனாலேயே அது தாம் வழங்கிய தீர்ப்புகளை எவரும் அவமதிக்கும்போது, அவரை அது தண்டிக்கச் செய்கிறது.

உச்ச நீதிமன்றம் மேற்சுட்டிய ஆதாரங்களைத் தவிர, அரசியலமைப்புச் சட்டத்தில் கூறியுள்ள அடிப்படை உரிமைகளைப் பாதுகாக்கும் பொருட்டு ஆணைகளை வழங்கும் அதிகாரங்களையும் பெற்றிருக்கிறது.

உயர்நீதிமன்றம் (HIGH COURT)

மாநிலந்தோறும் இத்தகைய நீதிமன்றங்கள் அமைக்கப்பட்டுள்ளன. ஆனால் பஞ்சாப், ஹரியானா மாநிலங்களுக்குப் பஞ்சாப் உயர்நீதி மன்றமும், அஸ்ஸாம், நாகலாந்து மாநிலங்களுக்கு அஸ்ஸாம் உயர்நீதி மன்றமும்,

1) தில்லி, இமாச்சலப் பிரதேச மாநிலங்களுக்கு தில்லி உயர்நீதிமன்றமும்:

2) அஸ்ஸாம், நாகலாந்து, மணிப்பூர், திரிபுரா மாநிலங்களுக்கு அஸ்ஸாம் உயர்நீதிமன்றமும்:

3) கோல்கத்தா, அந்தமான், நிக்கோபர் தீவுகளுக்குக் கோல்கத்தா உயர்நீதி மன்றமும்,

4) கேரளா, இலட்சத்தீவு, மினிக்காய், அமினித்தீவுகளுக்குக் கேரளா உயர்நீதிமன்றமும்,

5) பம்பாய், கோவா, டையூ, டாமன், மாட்ரா, நாகர்ஹவேலி மாநிலங்களுக்குப் பம்பாய் (மும்பை) உயர்நீதிமன்றமும்

6) தமிழ்நாடு பாண்டிச்சேரி மாநிலங்களுக்குச் சென்னை உயர் நீதிமன்றமும் உயர்நீதிமன்றங்களாக இருக்கும்.

உயர்நீதிமன்றங்களின் அமைப்பு :

ஒவ்வொரு உயர்நீதிமன்றத்திற்கும் ஒரு தலைமை நீதிபதி இருப்பார். அவருக்குக்கீழ் அனுமதிக்கப்பட்ட அளவில் குறித்த எண்ணிக்கையுள்ள நீதிபதிகள் இருப்பார். உயர்நீதிமன்ற நீதிபதிகள் அந்தந்த மாநில அரசாங்கத்தின் பரிந்துரையுடனும், உச்ச நீதிமன்ற, உயர்நீதிமன்றத் தலைமை நீதிபதிகளின் கலந்தாலோசனையுடனும் இந்தியக் குடியரசுத் தலைவரால் நியமிக்கப்படுகிறார்கள்.

உயர்நீதிமன்ற நீதிபதிகளாக நியமிக்கப்பட இருக்கின்றவர்கள், இந்தியக் குடிமகனாக இருத்தல் வேண்டும். 10 ஆண்டுகள் வழக்கறிஞர்களாகப் பணியாற்றியிருத்தல் வேண்டும். மாவட்ட நீதிபதிகளாக இருப்பவர்களும் உயர்நீதிமன்ற நீதிபதிகளாக நியமிக்கப்படுவார்கள்.

உயர்நீதிமன்றம், கீழமை நீதிமன்றங்களில் நடைபெறும் உரிமையியல், குற்றவியல் வழக்குகளில் மேல்முறையீட்டு நீதிமன்றமாக விளங்குகிறது.

நீதிப்பேராணைகள் (Writs):

உயர்நீதிமன்றங்கள், 1) ஆட்கொணர்விக்கும் நீதிப்பேராணை (ஹேபியஸ் கார்ப்பஸ்)
2) செயலுறுத்தும் நீதிப்பேராணை (மாண்டமஸ்);
3) தடையுறுத்தும் நீதிப்பேராணை (புரகிபிஷன்);
4) தகுதி முறைவினவும் நீதிப்பேராணை (சர்ட்டியோராரை);
ஆகியவற்றின் கீழ் எழும் வழக்குகளை விசாரித்து முடிவு கூற அதிகாரமுடையதாகும்.

குற்றவியல் நீதிமன்றங்கள்
CRIMINAL COURTS

அமர்வு நீதிமன்றம் (செசன்சு நீதிமன்றம்)

மாவட்டந்தோறும் ஒன்று அல்லது மேற்பட்ட அமர்வு நீதிமன்றங்கள் இருக்கும். ஒன்றுக்கு மேற்பட்ட அமர்வு நீதிமன்றங்கள் ஒரு மாவட்டத்திலிருந்திடும்போது, ஒரு அமர்வு நீதிமன்றம், மாவட்ட முதன்மை அமர்வு நீதிமன்றமாகவும் மற்ற அமர்வு நீதிமன்றங்கள், கூடுதல் அமர்வு நீதிமன்றங்களாகவும் இருக்கும்.

அமர்வு நீதிமன்றத்திற்கான நீதிபதிகளை உயர் நீதிமன்றம் நியமிக்கும். அமர்வு நீதிமன்ற நீதிபதிகள் வழக்கறிஞர்களிலிருந்து நேரிடையாகவும், கீழமை நீதிமன்றங்களிலிருந்து பதவி உயர்வு நிலையிலும் தேர்ந்தெடுக்கப்படுகிறார்கள். அமர்வு நீதிமன்ற நீதிபதிகளின் பதவிக்காலம் 58 வயது வரையிலுமாகும்.

அமர்வு நீதிமன்ற நீதிபதி ஒருவர், குற்றவாளி ஒருவருக்கு ஆயுள் தண்டனை மற்றும் தூக்குத் தண்டனை வரையில்

தண்டனையளிக்க அதிகாரமுடையவராவார். ஆனால் அமர்வு நீதிமன்ற நீதிபதி ஒருவரால் கொடுக்கப்படும் தூக்குத்தண்டனை உயர்நீதிமன்றத்தால் உறுதி செய்யப்பட்ட பின்னரே குற்றவாளியைத் தூக்கிலிடுதல் வேண்டும்.

கீழமை நீதிமன்றங்களில் தள்ளுபடி செய்யப்படும் பிணை (ஜாமீன்) மனுக்களில் மேல்முறையீடு செய்வது மற்றும் கொலை, கொள்ளை, கூட்டுக் கொள்ளை, கற்பழிப்பு, விஷச் சாராயம், தீண்டாமை ஒழிப்புக் குற்றங்களில் ஜாமீன் பெறுவது இந்த நீதிமன்றத்திலேயேயாகும். கீழமை நீதிமன்றத் தீர்ப்பை எதிர்த்து குற்ற மேல்முறையீடு செய்வதும் இந்நீதிமன்றத்திலேயேயாகும்.

அமர்வு நீதிமன்றம் ஒன்று எந்த இடத்திலிருந்து இயங்க வேண்டுமென்று அரசு கட்டளையிட்டிருக்கின்றதோ அந்த இடத்திலிருந்து செயற்படுதல் வேண்டும். அதே நேரத்தில் சில பரபரப்பான வழக்குகளில் நீதிபதி விரும்பும் இடத்திலிருந்தும் அமர்வு நீதிமன்றம் தற்காலிகமாகச் செயற்படலாம்.

கொலைக் குற்றம்போல கடுமையான குற்றங்கள் நடந்த் இடத்தை அமர்வு நீதிமன்ற நீதிபதி பார்வையிட அதிகாரமுடையவராவார்.

உதவி அமர்வு நீதிமன்றம்
(Assistant Sessions Court)

இதுபோன்ற நீதிமன்றங்கள் மாவட்டத் தலைநகரங்களிலும், மாவட்டத்தின் பிற பகுதிகளிலும் ஏற்படுத்தப்படுகின்றன. இந்த நீதிமன்றங்களின் நீதிபதிகள், அதிகாரநிலையில் அமர்வு நீதிமன்ற நீதிபதியின் அதிகாரத்திற்கு உட்பட்டவர்களாக இருப்பார்கள். இவர்கள் வழக்கறிஞர்களிலிருந்து நேரிடையாகவும், கீழமை நீதிமன்றங்களிலிருந்து பதவி உயர்வு நிலையிலும் தேர்ந்தெடுக்கப் படுகிறார்கள். இவர்கள் கொலை முயற்சிக்குற்றம், வரதட்சணைக் கொடுமையால் பெண்ணொருத்தி ஏழு ஆண்டுக்குள் இறந்திருக்கும்போது, அது தொடர்பான குற்றம், விசசாராயக் குற்றம், கொள்ளை, கூட்டுக்கொள்ளைக் குற்றம் ஆகியவற்றை விசாரிக்க அதிகாரமுடையவர்களாவார்கள். இவர்கள் 10 ஆண்டுகள் வரையில் சிறைத்தண்டனையளிக்க அதிகாரமுடையவர்களாவார்கள்.

நீதித்துறை நடுவர்களின் நீதிமன்றங்கள்
(Courts of Judicial Magistrates) :

ஒவ்வொரு மாவட்டத்திலும், மாநில அரசாங்கம், உயர்நீதிமன்றத்துடன் கலந்தாலோசனை செய்து இத்தகைய நீதிமன்றங்களை அறிக்கை மூலம் ஏற்படுத்துகிறது. இந்த நீதிமன்றங்களுக்கு வழக்கறிஞர்களிடமிருந்து நேரிடையாக நீதித்துறை நடுவர்கள் நியமிக்கப்படுகிறார்கள். சில சமயங்களில் அமைச்சகப் பணியாளர்களிடமிருந்தும் இதுபோன்ற நீதித்துறை நடுவர்கள் நியமிக்கப்படுவதுண்டு.

இந்த நீதிமன்றம் எந்தெந்த வழக்கை விசாரிக்கலாம் என்பது குறித்து, குற்ற விசாரணைமுறைச் சட்டம், அட்டவணை-1இல் குறிப்பிடப்பட்டுள்ளது. அமர்வு நீதிமன்றத்தால் நடத்தப்பெறும் வழக்குகளிலிருந்து (Session cases) பல்வேறு வழக்குகளில் குற்றமிழைத்தவர்கள் முதன் முதலில் காவல் வைப்பிற்கு இந்த நீதிமன்றங்களுக்கே அழைத்து வரப்படுகிறார்கள். கொலை, கொள்ளை, வழிப்பறி, கொலை முயற்சி போன்ற குற்றங்களில் குற்றப்பத்திரிகை தாக்கல் செய்யப்படுகின்றவரையில், குற்றவாளிகள் இந்த நீதிமன்றத்திலேயே முன்னிலையாதல் வேண்டும்.

நீதித்துறை நடுவர் ஒருவர் 3 ஆண்டுகள் வரையில் சிறையும் 5 ஆயிரம் ரூபாய்வரையில் அபராதமும் விதித்துத் தண்டிக்க அதிகாரமுடையவராவார்.

தலைமை நீதித்துறை நடுவர் நீதிமன்றம், கூடுதல் தலைமை நீதித்துறை நடுவர் நீதிமன்றம்:

மாவட்டந்தோறும் இதுபோன்ற நீதிமன்றங்கள் அமைக்கப்படுகின்றன. தலைமை நீதித்துறை நடுவர் தமது ஆள்வரைக்கு உட்பட்ட வழக்குகளை விசாரிப்பதுடன் கூட, தமக்குக் கீழுள்ள நீதித்துறை நடுவர் நீதிமன்றங்களை ஆய்வு செய்பவராகவும் இருப்பார். தலைமை நீதித்துறை நடுவர், குற்றவாளி ஒருவருக்கு ஏழு ஆண்டுகள் வரையில் சிறைதண்டனையளிக்க அதிகாரமுடையவராவார். தலைமை நீதித்துறை நடுவர் கூடுதல் மாவட்ட நீதிபதியாக இருந்து கொலை வழக்குகளை விசாரிக்கவும், மோட்டார் வாகன விபத்தில் நட்ட ஈடு கோருதல் போன்ற வழக்குகளை விசாரிக்கவும் அதிகாரமுடையவராக இருப்பார்.

கூடுதல் தலைமை நீதித்துறை நடுவர்:

கூடுதல் தலைமை நீதித்துறை நடுவர், ஒரு தலைமை நீதித்துறை நடுவருக்குள்ள அனைத்து அதிகாரங்களையும் கொண்டிருப்பார். சிலை திருட்டு போன்று சிறப்பாகத் தம்மிடம் பணிக்கப்பட்ட குற்ற வழக்குகளை நடத்தும் நடுவராக இவர் இருப்பார்.

பெருநகர் நடுவர் நீதிமன்றங்கள்
(Courts of Metro Politan Magistrates) :

ஆங்கிலேயர்கள் நம் நாட்டை ஆண்டபோது சென்னை, பம்பாய், கோல்கத்தா, டில்லி போன்ற மாநகரங்களில் இத்தகைய நீதிமன்றங்களைத் தொடங்கிட, அவைகள் இன்றும் மேற்குறிப்பிடப்பட்ட மாநகரங்களில் இருந்து வருகின்றன.

மாநில அரசாங்கம், உயர் நீதிமன்றத்துடன் கலந்தாலோசனை செய்த பின்னர், இத்தகைய பெருநகர் நடுவர் நீதிமன்றங்களை ஏற்படுத்துகிறது.

பெருநகர்த் தலைமை நடுவரின் நீதிமன்றம், தலைமை நீதித்துறை நடுவர் நீதிமன்றத்திற்குள்ள அதிகாரங்களையும், பெருநகர் நடுவர் நீதிமன்றம் முதல்வகுப்பு நீதித்துறை நடுவர் நீதிமன்றத்திற்குள்ள அதிகாரங்களையும் கொண்டிருக்கும்.

நிருவாகத்துறை நடுவர்கள்
(Executive Magistrates) :

ஒவ்வொரு மாவட்டத்திலும் ஒவ்வொரு பெருநகர்ப் பகுதியிலும், மாநில அரசாங்கம் எத்தனை பேர்கள் இருப்பது பொருத்தமெனத் தான் நினைக்கிறதோ, அத்தனை பேர்களை நிருவாகத்துறை நடுவர்களாக நியமனஞ் செய்யலாம்; மற்றும் அவர்களில் ஒருவரை மாவட்ட நடுவரென நியமனஞ் செய்தல் வேண்டும்.

மாநில அரசாங்கம், நிருவாகத்துறை நடுவர் எவரையும் மாவட்டக் கூடுதல் நடுவராக நியமனஞ் செய்யலாம்; மற்றும் அத்தகைய நடுவர், இந்தச் சட்டத்தின்படியோ அவ்வப்போது அமலிலுள்ள வேறெந்தச் சட்டத்தின்படியோ மாவட்ட நடுவருக்குள்ள அதிகாரங்கள் அனைத்தையும் அல்லது எதனையும் உடையவராவார்.

ஒரு மாவட்ட நடுவரின் பதவி காலியானதன் விளைவாக, அம்மாவட்டத்தின் நிருவாகத்துறைச் செயலாட்சிக்கு அலுவலர் எவரேனும் தற்காலிகமாக அடுத்துப் பதவியேற்கும் போதெல்லாம், மாநில அரசு கட்டளை பிறப்பிக்கும்வரை, அத்தகைய அலுவலர் இந்தச் சட்டத்தினால் முறையே மாவட்ட நடுவருக்கு அளிக்கப்படும் அதிகாரங்கள் அனைத்தையும் செலுத்தியும், விதிக்கப்படும் கடமைகளை ஆற்றியும் வருதல் வேண்டும்.

மாநில அரசு, ஓர் உட்கோட்டத்தை நிருவாகத்துறை நடுவர் ஒருவரின் பொறுப்பில் விடவும் அப்பொறுப்பிலிருந்து சந்தர்ப்பத்திற்கேற்ப அவரை விடுவிக்கவும் செய்யலாம். மற்றும் அவ்வாறு ஓர் உட்கோட்டத்தின் பொறுப்பைக் கொண்டுள்ள நடுவர், உட்கோட்ட நடுவர் என்று வழங்கப்படுவார்.

மாநில அரசாங்கம், ஒரு பெருநகர்ப் பகுதியை பொறுத்தமட்டில், காவல் ஆணையர் ஒருவருக்கு நிருவாகத்துறை நடுவருக்குள்ள அதிகாரங்கள் அனைத்தையும் அல்லது எதையும், அவ்வப்போது அமலிலுள்ள எந்தச் சட்டத்தின்படியும் வழங்கலாம்.

நிருவாகத்துறைச் சிறப்பு நடுவர்கள்
(Special Executive Magistrates) :

மாநில அரசாங்கம், குறிப்பிட்ட பகுதிகளுக்கோ குறிப்பிட்ட காரியங்களைப் புரிவதற்கோ நிருவாகத்துறை நடுவர்களை, தான் பொருத்தமெனக் கருதக்கூடிய ஒரு காலஅளவிற்கு நியமனஞ் செய்யலாம். அவ்வாறு நியமனஞ் செய்யப்படுபவர்கள், நிருவாகத்துறைச் சிறப்பு நடுவர்கள் என அழைக்கப்படுவர்.

சிறப்பு நீதிமன்றம்

குறிப்பிட்ட சில வழக்குகளை விசாரிக்க அரசும் உயர்நீதி மன்றமும் கலந்தாலோசனை செய்து அவ்வப்போது இதுபோன்ற நீதிமன்றங்களை ஏற்படுத்தும்.

உரிமையியல் நீதிமன்றங்கள்
(CIVIL COURTS)

உச்ச நீதிமன்றம், உயர் நீதிமன்றங்களைத் தவிர, மாவட்ட நீதிமன்றங்கள், சார்பு நீதிமன்றங்கள், மாவட்ட முன்சீப் நீதிமன்றங்கள், மாவட்ட உரிமையியல் மற்றும் நீதித்துறை நடுவர் நீதிமன்றங்கள் ஆகியன உரிமையியல் வழக்குகளை விசாரிக்கும் நீதிமன்றங்களாகும்.

மாவட்ட நீதிமன்றம் (District Court)

இந்நீதிமன்றம் ஒவ்வொரு மாவட்டத்தின் தலைநகரிலிருந்து இயங்கி வருகிறது. இதன்கண் மாவட்ட முன்சீப் மற்றும் சார்பு நீதிமன்றத் தீர்ப்பை எதிர்த்து எழும் உரிமையியல் வழக்கு மேல்முறையீடுகள் செய்யப்படுகின்றன.

கிறிஸ்தவ மதத்தைச் சேர்ந்த கணவன், மனைவிக்கிடையிலான மணமுறிவின் பொருட்டு மனுத்தாக்கல் செய்வதும், இளவர் ஒருவரின் அடைமானம் வைக்கவும், விற்பனை செய்யவும் அல்லது மற்றவகையில் உரிமை மாற்றஞ்செய்யவும் முன் அனுமதி கோரி மனுத்தாக்கல் செய்வதும் இந்நீதிமன்றத்திலேயேயாகும்.

மாவட்ட நீதிமன்றமொன்று சாலை விபத்துக்களில் நட்டஈடு வழங்குவது தொடர்பான வழக்குகளை விசாரிக்கும் தீர்ப்பாயமாகவும் செயற்படுகிறது.

மாநகர உரிமையியல் நீதிமன்றங்கள்
(CITY CIVIL COURTS)

இந்நீதிமன்றங்கள் சென்னை போன்ற மாநகரங்களில் உள்ளன. இவை சென்னை மாநகர எல்லைக்குள் எழும் உரிமையியல் வழக்குகளை மட்டும் விசாரிக்க அதிகாரமுடையவைகளாக இருக்கும்.

சார்பு நீதிமன்றம்
(Sub - Court)

மாவட்ட முன்சீப் நீதிமன்றத்திற்கென வரையறுக்கப்பட்ட தொகை 30 ஆயிரம் ரூபாய்க்கு மேற்பட்ட மதிப்புள்ள உரிமையியல்

வழக்குகள் சார்பு நீதிமன்றத்திலேயே தாக்கல் செய்யப்படுதல் வேண்டும்.

கடனுறுதிச் சீட்டு வழக்குகளில் (Promissory Note) ரூ.5000/-ம் முதல் ரூ.20,000/-ம் வரையில் சார்பு நீதிமன்றத்திலேயே சுருக்க விசாரணை முறை வழக்கு தாக்கல் செய்வது அவசியமாகும்.

மாவட்ட முன்சீப் நீதிமன்றத் தீர்ப்பை எதிர்த்து முதல் மேல்முறையீடு (First Appeal) செய்யப்படுவதும், அரசாங்கம் தனிப்பட்ட பொதுமக்களிடமிருந்து நிலங்களைக் கைப்பற்றிடும்போது, அதில் நட்ட ஈடு பெறுவதன் பொருட்டு மனுத்தாக்கல் செய்யப்படுவதும், இந்து கணவன், மனைவிக்கிடையில் திருமணந் தொடர்பான மணமுறிவு (Divorce), நீதிமன்ற வழி பிரிந்துறைதல் (Judicial Separation), மீண்டும் இணைந்து வாழ்தல் (Restitution of conjugal rights) மனுக்கள் தாக்கல் செய்யப்படுவதும் சார்பு நீதிமன்றத்திலேயேயாகும்.

சார்பு நீதிமன்றம் சாலை விபத்து வழக்குகளில் நட்ட ஈடுகோரி தாக்கல் செய்யப்படும் மனுக்களை விசாரிக்கும் நீதிமன்றமாகவும் இருக்கும்.

மாவட்ட (முன்சீப்) உரிமையியல் நீதிமன்றம்
(District Munsif Court)

அவ்வப்போது நிர்ணயிக்கலாகும் தொகைக்குட்பட்ட உரிமையியல் வழக்கு இந்நீதிமன்றத்தில் தாக்கல் செய்யப்படுகிறது.

முப்பதாயிரம் ரூபாய் வரையிலான உரிமையியல் வழக்குகளை இந்நீதிமன்றத்தில் தாக்கல் செய்யலாம்.

வாடகைக் குடியிருப்பு சம்பந்தமான வழக்குகளை இந்த நீதிமன்றத்திலேயே தாக்கல் செய்தல் வேண்டும்.

மாவட்ட முன்சீப் நீதிமன்றம் சில இடங்களில் தனியாகவும், சில இடங்களில் நீதித்துறை நடுவர் மன்றத்துடன் இணைந்தும் செயற்படுகின்றன.

சிறுவழக்கு நீதிமன்றங்கள்
(Small causes Courts)

சென்னை போன்ற பெருநகரங்களில் இத்தகைய நீதிமன்றங்கள் உள்ளன. இந்நீதிமன்றங்கள் சென்னைப் பெருநகர எல்லைக்குட்பட்ட பகுதியில் எழும் சிறிய உரிமையியல் வழக்குகளை விசாரிக்கும் நீதிமன்றங்களாக இருக்கும்.

வருவாய் நீதிமன்றம்
(Revenue Court)

இது போன்ற நீதிமன்றங்கள், அந்தந்த மாவட்டத்தின் அல்லது உட்கோட்டத்தின் தலைநகரங்களைத் தலைமையிடமாகக் கொண்டு செயற்படுகின்றன. வருவாய் நீதிமன்றம் தமது தலைமை அலுவலகத்தை மாவட்டத் தலைநகரம் அல்லது உட்கோட்டத்தின் தலைநகரத்தில் வைத்துக்கொண்டாலும் தாலுக்கா தோறும் இந்தவகை நீதிமன்றங்கள் முகாம் அமைத்துச் செயற்படும்.

நீதிமன்றத் தலைமை

வருவாய் நீதிமன்றத்தின் தலைமை அலுவலராக, துணை ஆட்சியர் நிலையில் உள்ள ஒருவர் இருப்பார்.

வருவாய் நீதிமன்றப் பணிகள்

1. குத்தகையைச் செலுத்தாத குத்தகை சாகுபடியாளரிடமிருந்து குத்தகையை வசூலித்திடவும், 2. குத்தகை சாகுபடியாளர் குத்தகையை அளிக்காதிருக்குமிடத்து அவரை குத்தகை நிலத்திலிருந்து வெளியேற்றவும், 3. குடியிருப்புப் பட்டா அளித்திடவும்; 4. குத்தகை உரிமைப் பதிவு சம்பந்தமாக வட்டாட்சியர் (Tahsildar) அளித்த உத்தரவை எதிர்த்துச் செய்யப்பட்ட மேல் முறையீட்டில் உத்தரவு வழங்கிடவும் வருவாய் நீதிமன்றத்திற்கு அதிகாரமுண்டு.

வருவாய் நீதிமன்றத்தின் அனைத்து நடவடிக்கைகளும் சுருக்க நடைமுறையில் (Summary Trial) நடைபெறும். இந்த நீதிமன்றத்தில் சாட்சி விசாரணைகள் அதிகம் நடைபெறுவதில்லை; தேவைப்பட்டால் சாட்சிகளை விசாரிக்கலாம்; இந்த நீதிமன்றம் தடையாணை வழங்கிடவும், ஆணையரை நியமித்திடவும் அதிகாரமுடையதாகும்; மற்றும் இந்த நீதிமன்றத்தில் ஒருதலைப்பட்சத் தீர்ப்பாணையை (Ex-parte decree) இரத்து செய்திடவும் முடியும்.

குத்தகையில் எந்தப் பசலிக்கேனும், அரசாங்கம் குத்தகையைத் தள்ளுபடி செய்திருந்தால், அதனைக் கழித்துக் கொள்வதற்கு, வருவாய் நீதிமன்றம் R.P.T.மனு தனியே தாக்கல் செய்து அதில் உத்தரவு பெற வேண்டும். அப்போது மட்டுமே குத்தகை தள்ளுபடியான பசலிக்குரிய குத்தகை தள்ளுபடியாகும்.

மேல் முறையீடுகள் :

1. பட்டா சம்பந்தமாக; 2. குத்தகை உரிமைப் பதிவு சம்பந்தமாக (R.T.R. சம்பந்தமாக), வருவாய் நீதிமன்றம் வழங்கும் தீர்ப்பை எதிர்த்துச் செய்யப்படும் மேல்முறையீட்டை மாவட்ட வருவாய் அலுவலர் (District Revenue Officer) நீதிமன்றத்தில் தாக்கல் செய்தல் வேண்டும். மேல்முறையீட்டு மனுவை நேரில் தாக்கல் செய்யமுடியாது; அஞ்சல் மூலம்தான் தாக்கல் செய்ய முடியும். மேல்முறையீட்டு மனு சரியாக இருக்கும் பட்சத்தில், மாவட்ட வருவாய் அலுவலர் அவர்கள் நீதிமன்றம், மேல்முறையீட்டில் எண் கொடுத்து, இருதரப்பின் வாதப் பிரதிவாதிகளைக் கேட்டு வழக்கை முடிவு செய்யும். மேல்முறையீட்டு நடைமுறையில், எதிர் மனுதாரர் (Respondent) தரப்பினர் எதிர்வுரை (Counter) தாக்கல் செய்தல் வேண்டும். மாவட்ட வருவாய் அலுவலர் நீதிமன்றத்தில், மாவட்ட வருவாய் அலுவலர் (D.R.O.) இல்லாதபோது வழக்கின் வாய்தா மாற்றி வைக்கப்பட்டால், வாய்தா தேதி பெரும்பாலும் அஞ்சல் வழியாகவே தெரிவிக்கப்படும். அது வழக்குத் தரப்பினரின் வழக்கறிஞருக்கோ அல்லது வழக்குத் தரப்பினருக்கோ தெரிவிக்கப்படும்.

வருவாய் நீதிமன்றத்தில் குத்தகை பாக்கியின் பொருட்டு P.No.-இல் வழங்கிடும் தீர்ப்பை எதிர்த்து உயர் நீதிமன்றத்தில் தான் மேல்முறையீடு செய்யமுடியும்; P.T. No-இல் வழங்கிடும் தீர்ப்பை எதிர்த்து அந்தந்த மாவட்ட நீதிமன்றத்தில் (District Court) சீராய்வு மனு (Revision Petition) தாக்கல் செய்யலாம்.

வட்டாட்சியர் மற்றும் குத்தகை உரிமைப் பதிவு அலுவலர்:

நபர் ஒருவர் தாம் குத்தகை சாகுபடியாளர் என்பதனை, தாம் குத்தகை சாகுபடி செய்யும் நிலச் சொத்து இருக்குமிடத்திற்குரிய வட்டாட்சியரிடம் (Tahsildar) ஐந்தாம் நபர் நமூனாவைப் பூர்த்தி செய்து, ரூ.1.00-க்கு நீதிமன்றக் கட்டளை முத்திரைவில்லை ஒட்டி தாக்கல் செய்தல் வேண்டும்.

இந்த நடைமுறையிலும் மனுதாரர் (Petitioner) மற்றும் எதிர்மனுதாரரையும் (Respondent) மற்றும் அவர்களது தரப்பு சாட்சிகளை விசாரித்து வாத, பிரதிவாதங்களைக் கேட்ட பிறகு வட்டாட்சியர் தீர்ப்பு வழங்குவார்.

வட்டாட்சியர் வழங்கும் தீர்ப்பால் பாதிக்கப்பட்டவர் வருவாய் நீதிமன்றத்தில் மேல்முறையீடு செய்யலாம்.

இயல் 2

குற்ற விசாரணைமுறைச் சட்டம் முக்கியப் பிரிவுகள்
(Important provisions in the code of criminal procedure)

	பிரிவுகள்
பிணையில் விடக்கூடிய அல்லது பிணையில் விடக்கூடாத பிடிகட்டளையைத் திரும்பப் பெறுதல் (To recall bailable or non-bailable warrant)	70(2)
ஆவணங்களையோ பிற பொருள்களையோ தாக்கல் செய்வதற்கான அழைப்பாணை (Summons to produce document or other thing)	91
சட்டவிரோதமாகக் கட்டுப்படுத்தப்பட்ட நபர்களுக்காகச் சோதனை ஆணை வழங்குதல் (To issue search-warrant for persons wrongfully confined)	97
சட்டவிரோதமாகக் கட்டுப்படுத்தப்பட்ட பெண்களைத் திரும்ப ஒப்படைக்க ஆணை பிறப்பித்தல். (To restore wrongfully (confined) females)	98
மனைவியர், குழந்தைகள் மற்றும் பெற்றோர்களின் வாழ்க்கைப் பொருளுதவியின் பொருட்டு மனுச்செய்தல் (Petition for Maintenance to wives, Children and Parents)	125
படித்தொகையை மாற்றியமைத்தல் (Alteration in allowance)	127

வாழ்க்கைப் பொருளுதவிக்கான நிறைவேற்றமனு (E.P. for Maintenance)	128
தொல்லையை நீக்குவதற்கு மனு (Petition for removal of nuisance)	133
நிலம் அல்லது நீர் சம்பந்தப்பட்ட தகராறு அமைதிக்குலைவை உண்டாக்கக்கூடியதாக இருக்குமிடத்து நடைமுறை (Procedure where dispute concering land or water is likely to cause breach of peace)	145
கைது செய்தற்குரிய வழக்குகளில் தகவல் கொடுத்தல்	154
காவல்நிலையப் பொறுப்பு அதிகாரி ஏற்றுக்கொள்ள மறுக்கும் நிலையில், மனுவைக் காவற்றுறைக் கண்காணிப்பாளருக்கு அனுப்புதல் (To send petition to superintendent of police on the refusal of the station police officers)	154 (3)
தனிப்புகார் (Private complaint)	200
எதிரியின் வருகையின்மையின்போது வழக்கறிஞர் முன்னிலையாதல் (To appear counsel on the absence of Accused)	205
அமர்வு நீதிமன்ற விசாரணையில் குறுக்கு விசாரணையைத் தள்ளிவைத்தல் அல்லது சாட்சிகளைத் திரும்ப அழைத்தல் (To differ or to recall witness for cross examination in sessions Trial)	231 (2)
பிடிகட்டளை வழக்குகளில் குறுக்கு விசாரணையைத் தள்ளிவைத்தல் அல்லது சாட்சிகளைத் திரும்ப அழைத்தல் (To differ or to recall witness for cross examination in warrant cases)	242 (3)

அழைப்பாணை வழக்குகளில் சாட்சிகளுக்கு அழைப்பாணை அனுப்புதல் (To summon a witness in summons cases)	254 (2)
சிறு குற்றவழக்குகளில் வழக்குரைஞர்கள் குற்றத்தை ஏற்றுக்கொண்டு அபராதத்தைச் செலுத்துதல் (To plead guilty and to pay fine in petty cases by the Advocates)	253 (2)
முறையிடுபவர் அல்லது வழக்கு தொடுத்தவர் வருகையின்மையால் எதிரியை விடுதலை செய்தல் (To acquit the accused on the absence of complainant)	256
ஒத்திவைத்தல் (Adjournments)	309
வரைமொழி வாதுரை தாக்கல் செய்தல் (To submit written arguments)	314
எதிரியின் வேண்டுதலின்பேரில் எதிரியைச் சாட்சியாக விசாரித்தல் (For the examination of Accused on his own request)	315
எதிரியின் நேர்வருகையைத் தவிர்த்தல் (To dispense with the personal attendance of the accused)	317
குற்றங்களைச் சட்டப்படி சமரசமாகத் தீர்த்துக் கொள்ளுதல் (Compounding of offences)	320
நன்னடத்தை கண்காணிப்பின்பேரிலோ கண்டித்து விடலுக்குப் பின்போ விடுவிப்புக்குக் கட்டளையிடுதல் (Order to release on probation of good conduct or after admonition)	360

தண்டனைத் தீர்ப்புகளிலிருந்து மேல்முறையீடுகள்   374, 382
(Appeals from convictions)

விடுதலையை எதிர்த்து மேல்முறையீடு   378
(Appeals from acquittal)

தண்டனையை நிறுத்தி வைத்தல்   389
(Suspension of sentence)

விசாரணை நீதிமன்றத்தால் தண்டனையை   389 (3)
நிறுத்தி வைத்தல்
(Suspension of sentence by Trial Court)

விசாரணை நீதிமன்றத்தால் கூடுதல்   391
சாட்சியம் எடுக்கப்படுதல்
(To take additional evidence by Trial court)

மேலாய்வு   395
(Reference)

சீராய்வு   397
(Revision)

வழக்குகளை ஒரு நீதிமன்றத்திலிருந்து மற்றொரு
நீதிமன்றத்திற்கு மாற்றிட
உச்ச நீதிமன்றம் (Supreme Court),   406
உயர் நீதிமன்றம் (High Court),   407
அமர்வு நீதிமன்றத்திற்கு (Session Court) உள்ள   408
அதிகாரம்.

தண்டனைகளைக் குறைக்க அல்லது தள்ளுபடி   432
செய்ய நீதிமன்றத்திற்குள்ள அதிகாரம்
(Power to suspend or remit sentences by court)

பிணையில் விடுங் குற்றங்களில் பிணை   436
(Bail in Bailable offence)

பிணையில் விடாத குற்றங்களில் பிணை 437
(Bail in non-bailable offence)

எதிர்பார்ப்புப் பிணை 438
(To take additional evidence by Trial court)

பிணையில் உயர்நீதிமன்றம் அல்லது அமர்வு நீதிமன்றத்திற்குள்ள சிறப்பு அதிகாரங்கள் 439
(Special powers of High court or court of session in Bail)

பொருளைத் திரும்ப ஒப்படைத்தல் 451, 452
(Return of property)

குற்ற வழக்குகளில் காலவரையறை 467 - 473
(Limitation in Criminal cases)

உயர்நீதி மன்றத்தின் உள்ளுறை அதிகாரங்கள் 482
(Inherent powers of High Court)

குற்றவாளிகள் கண்காணிப்புச் சட்டம்

பிரிவு

கண்டித்து மன்னிப்பு வழங்கியபின் ஒருசில குற்றவாளிகளை விடுவிப்பதற்கு நீதிமன்றத் திற்குள்ள அதிகாரம் 3
(Powers of court to release certain offenders after admonition)

நன்னடத்தைக் கண்காணிப்பின்பேரில் ஒருசில குற்றவாளிகளை விடுவித்தல் 4
(To release certain offenders on probation of good conduct)

இருபத்தொரு வயதுக்குட்பட்ட குற்றவாளிகளைச் சிறையிலிடுவதற்குக் கட்டுப்பாடுகள் 6
(Restriction on imprisonment of offenders under twenty-one years of age)

குற்றவியல் நடைமுறை விதிகள்
(Criminal Rules of practice)

இயல்	விதிகள்
1. தோற்றுவாய் (Preliminary)	1-5
2. அழைப்பாணை, பிடி கட்டளைகளுக்கான நடைமுறை (Process summonses and warrants)	6-20
3. காவல்துறையின் புலன்விசாரணையும் வழக்குத் தொடுப்பும் (Investigation and Prosecution by police)	21-68
4. நடுவர்களின் நீதிமன்றங்கள் (Magistrates courts)	69-100
5. மாகாண நடுவர்கள் (Presidency Magistrates)	101-147
6. நடுவர்கள் ஆயம் (Benches of Magistrates)	148-153
7. அமர்வு நீதிமன்றங்கள் (Courts of session)	154-188
8. உயர் நீதிமன்றம் (High Court)	189-247
9. மேல் முறையீடுகள் (Appeals)	248-270
10. மேலாய்வும் சீராய்வும் (Reference and Revision)	271-279
11. தண்டனைகள் நிறைவேற்றமும் பொருள்களைப் பைசல் செய்தலும் (Executive of sentences and disposal of property)	280-297

12. அபராதம் விதிப்பதற்கான விதிகள் — 298
    (Rules for levy of fines)

13. கீழமைக் குற்றவியல் நீதிமன்றங்களை — 229-330
    மேற்பார்வையிடல் (Supervision of sub-ordinate criminal courts)

14. பதிவணங்கள், I-ஆய்வு செய்தலும் — 331-356
    நகல்களும்
    (Records, I-Inspection and copies)

15. பதிவணங்கள் II- ஒப்படைத்தல், தாக்கல் — 357-376
    செய்தல், அழித்தலுக்கான விதிகள்
    (Records II- production and submission and Destruction Rules)

16. படி நடைமுறைகள் — 377-424
    (Batta procedures)

கால வரையறைகள்
(Limitation points)

உரிமையியல் வழக்குகள்
(Civil cases)

வழக்குகள் அல்லது ஆணைகளை எதிர்த்து, மாவட்ட உரிமையியல் நீதிமன்றத்திலிருந்து (District Munsif Court) மாவட்ட நீதிமன்றம் அல்லது சார்பு நீதிமன்றத்தில் அல்லது சார்பு நீதிமன்றத்திலிருந்து மாவட்ட நீதிமன்றத்தில் முதல் மேல்முறையீடு தாக்கல் செய்தல். — 30 நாள்கள்

வழக்குகள் அல்லது ஆணைகளை எதிர்த்து, உயர் நீதிமன்றத்தில் முதல் மேல்முறையீடு செய்தல். — 90 நாள்கள்

உயர் நீதிமன்றத்தில் இரண்டாவது மேல்முறையீடு செய்தல்.	90 நாள்கள்
த. நா. வாடகைக் கட்டடம் மற்றும் கட்டுப்பாடு சட்டத்தின்கீழ் மேல்முறையீடு	15 நாள்கள்
எதிர் மறுப்பு செய்தல் (To file cross objection (Cross Appeal) from the date of service of notice in appeal)	30 நாள்கள்
உயர்நீதிமன்றத் தீர்ப்பாணை அல்லது ஆணையை எதிர்த்து அதே நீதிமன்றத்தில் மேல்முறையீடு (D.S.A) செய்தல்.	30 நாள்கள்
குடும்ப நீதிமன்றத்திலிருந்து உயர்நீதிமன்றத்தில் மேல்முறையீடு	30 நாள்கள்

சீராய்வு
(Revision)

எந்த நீதிமன்றத்திலும் சீராய்வு மனுதாக்கல் செய்தல்	90 நாள்கள்
த.ந. வாடகைக் கட்டடம் மற்றும் கட்டுப்பாடு சட்டத்தின்கீழ் சீராய்வுமனு தாக்கல் செய்தல்	30 நாள்கள்

உ.வி.மு.ச.யின்கீழ் விண்ணப்பங்கள்
(Application under C.P.C)

கேவியட் மனு எவ்வளவு காலத்திற்குச் செல்லுபடியாகும் என்பது (Life of caveat petition)	90 நாள்கள்
வழக்குரையைத் திருத்தஞ்செய்தல் (To amend the pleadings)	14 நாள்கள்
வழக்கை மீண்டும் எடுத்தல் (Restoration of the suit)	30 நாள்கள்

ஒருதலைப்பட்சமான தீர்ப்பாணை அல்லது கட்டளையை நீக்கறவு செய்தல் (To set aside exparte order or decree)	30 நாள்கள்
வழக்கிலிடு வினாக்களை நீக்கறவு செய்தலும் நீக்கலும் (To set aside and to strike out interrogatories)	7 நாள்கள்
விற்பனையை நீக்கறவு செய்தல்	60 நாள்கள்

உச்சநீதிமன்றத்தில் மேல்முறையீடு
(Appeal to Supreme Court)

மேல்முறையீட்டுக்கான சிறப்பு அனுமதி (Restoration of the suit)	30 நாள்கள்
மற்றைய வழக்கில் சிறப்பு அனுமதி (Restoration of the suit)	30 நாள்கள்

பல்வகை
(Miscellaneous)

காலவரையறை செய்யப்படாத நிலையில் (Restoration of the suit)	3 ஆண்டுகள்

காலவரையறைச் சட்டத்தின்கீழ் விண்ணப்பங்கள்
(Application under the Limitation Act)

மனுவின் தன்மை	பிரிவு
குறிப்பிட்ட காலத்திற்குமேல் நீட்டித்தல்	5
வேறு நீதிமன்றத்தில் தவறான முறையில் தாக்கல் செய்தமைக்கான காலத்தைத் தவிர்த்தல்	14

நீதிமன்றங்களும் வழக்கு நடைமுறைகளும்

வழக்குரை அல்லது விண்ணப்பங்களைக் கால தாமதத்துடன் தாக்கல் செய்தலை மன்னித்தல்	151 உ.வி.மு.ச.

காலவரையறைகள்

சட்டப்பூர்வமான வாரிசுகளை சேர்த்தல்	90 நாட்கள் (வழக்குத்தரப்பினர் இறந்த நாளிலிருந்து)
வழக்கு அற்றுப்போதலை நீக்கறவு செய்தல் (To set aside abatement)	60 நாட்கள்
முன்னிலையாவதற்கும் எதிர்வாதம் புரிவதற்குமான அனுமதி (For leave to appear and defend)	10 நாட்கள்
தீர்ப்பாணை அல்லது ஆணை எதனையும் நிறைவேற்றுதல் (For the execution of any decree or order)	12 ஆண்டுகள்
செயலுறுத்துக் கட்டளைக்கான தீர்ப்பாணையைச் செயற்படுத்துதல் (Emforcement of Mandatory injuction decree)	3 ஆண்டுகள்

குற்றவியல் வழக்குகள்
(Criminal Cases)

மரண தண்டனையிலிருந்து மேல்முறையீடு	30 நாட்கள்
மற்ற தண்டனையிலிருந்து உயர் நீதிமன்றத்திற்கு மேல்முறையீடு	60 நாட்கள்
மற்ற நீதிமன்றத்தில் மேல்முறையீடு தாக்கல் செய்தல்	30 நாட்கள்
மற்ற எந்த நீதிமன்றத்திலும் சீராய்வு (revision) மனுதாக்கல் செய்தல்	90 நாட்கள்

நீதிமன்றத்தில் மனுதாக்கல் செய்யும் முறை உரிமையியல் நடைமுறை விதிகள் முக்கிய விதிகள்
(The Civil Rules of practice - Important Rules)

விதிகள்

3.   சொற்பொருள் விளக்கங்கள்

5.   அறிவிப்புச் சார்வு செய்தல்

12. வழக்கிட அனுமதி

19. வழக்குரைக்கும் அதிகார ஆவணம் (வக்காலத்) படிவம்

20.A. மாற்று வழக்குரைக்கும் அதிகார ஆவணம் (வக்காலத்) தாக்கல் செய்ய இசைவு.

25. குறிப்பிட்ட ஒருநாளுக்கு மட்டுக்கும் தள்ளி வைத்தல் (Adjournment to be to a day certain)

28.(2) கேட்பு நாளுக்கும் முன்னதாக வழக்கை எடுத்திட மனுதாக்கல் செய்தல் (Advancement of Hearing)

34. உண்மை உறுதிமொழி ஆவணம் தாக்கல் செய்தல் (Affidavits Filing)

56.(5) முகவரி மாற்றத்திற்கு மனுதாக்கல் செய்தல்

61. வழக்கெழுவினா வனைதல் தொடர்பான நடைமுறை (Procedure in regard to the framing of issues)

62. ஆவணத்தை ஆய்வு செய்தல்

64. ஆவணத்தை ஆய்வு செய்தலும், சம்பந்தமில்லாதவர் அதன் நகலைப் பெறுதலும்

70. ஆவணங்களைத் தேடுதல்

நீதிமன்றங்களும் வழக்கு நடைமுறைகளும் 30

74. ஒரு நீதிமன்றத்திலிருந்து மற்றொரு நீதிமன்றத்திற்கு ஆவணத்தை வரவழைத்தல்.

81. ஆவணங்களைத் திருப்புதல்.

95. சில வழக்குகளைத் தவிர மற்றையவற்றில் கட்டளை பெற்றமைக்கான பற்றுச்சீட்டுச் சான்றிதழைத் தாக்கல் செய்தல்.

96. வழக்குச் செலவுத்தொகைப் பட்டியல் (Statement of Costs) தாக்கல் செய்தல்

127. சான்று நகலுக்கு விண்ணப்பம் (Application for certified copy)

136. நிறைவேற்றத்தின் பொருட்டுத் தீர்ப்பாணையை மாற்றுதல் (Transmission of decree for execution)

139. நிறைவேற்றத்திற்கான விண்ணப்பம் (Application for execution)

152. நீதிமன்றத்தில் பணஞ்செலுத்துதல்

159. நீதிமன்றத்தில் பணஞ்செலுத்த விண்ணப்பந் தாக்கல் செய்தல்

167. தொகை வைப்பு வழக்குகளில், தொகையை நீதிபதியிடம் தொகையாகச் செலுத்த வேண்டும் என்பது.
(Cash Deposits cases where payment may be made in cash to officer of court)

172. பற்றுகைத் தீர்ப்பாணைகள் (Attachment of decrees)

187. பொது ஏலத்தில் விற்பனை

204. சொத்து பேணுநர் குழு (Receivers panel)

உரிமை வழக்கு விசாரணைமுறைச் சட்டம் முக்கிய பிரிவுகள்
(Important Sections in the code of civil procedure)

	பிரிவுகள்
உரிமை வழக்கை நிறுத்தி வைத்தல்	10
முன்தீர்ப்புத் தடை (Rejudicata)	11
மேற்கொண்டு உரிமை வழக்கு தொடுக்கத் தடை	12
அதிகாரவரம்பு குறித்து ஆட்சேபணைகள்	21
வழக்குகளை ஒரு நீதிமன்றத்திலிருந்து மற்ற நீதிமன்றத்திற்கு மாற்றுதல்	22-24
நிறைவேற்றத்தின் பொருட்டுத் தீர்ப்பாணையை ஒரு நீதிமன்றத்திலிருந்து மற்ற நீதிமன்றத்திற்கு மாற்றுதல்	39
வேறொரு மாநிலத்தில் உள்ள நீதிமன்றத்திற்குத் தீர்ப்பாணையை மாற்றுதல்	40
தாக்கீதுகள் (Issue of precepts)	46
தீர்ப்பாணையை நிறைவேற்றும் நீதிமன்றத்தால் முடிவு செய்யப்பட வேண்டிய பிரச்சினைகள்	47
சட்டப்படியான வாரிசுகளுக்கு எதிராகத் தீர்ப்பாணை நிறைவேற்றம் (Execution of the decree against legal representative)	50, 52
தீர்ப்பாணை நிறைவேற்றம் (Execution of the decree)	51
கைது செய்தலும் காவலில் வைத்தலும் (Arrest and detention)	55

காவலில் வைத்தலும் விடுவித்தலும்   58
(Detention and release)

நோயின் காரணமாகத் தீர்ப்புக்கடனாளியை   59
விடுவித்தல்
(Release on the ground of illness of J.D.)

கதவைத் திறந்து பொருள்களைக் கைப்பற்ற மனு   62
(Petition to break open)

நிறைவேற்றுகைக்கு எதிர்ப்பு   74
(Resistance to execution)

ஆணையத்தைப் பிறப்பிக்க அதிகாரம்   75
(Power of court to issue commission)

வழக்கு தாக்கல் செய்வது தொடர்பாக   80
அரசாங்கத்திற்கு அறிவிப்பு செய்தல்
(Notice to Government informing filling of suit)

பிரிவு 80இன்கீழ் அறிவிப்புக் கொடுத்தலைத்   80(2)
தவிர்த்தல்
(To dispense with section 80 notice)

இடைத்தரப்பு உரிமை வழக்கு   88
(Interpleader suit)

போதிய காரணங்கள் இல்லாமல் கைது   95
செய்வித்தலுக்கும், பற்றுகை செய்வித்தலுக்கும் அல்லது
உறுத்துக்கட்டளை பெறுதலுக்கும் இழப்பீடு
(Compensation for obtaining arrest, attachment or
injection on insufficient grounds)

அசல் தீர்ப்பாணைகளின்மீது மேல்முறையீடு   96
(Appeal from original decree)

இரண்டாவது மேல்முறையீடு (Second Appeal)   100

கட்டளையின் மீது மேல்முறையீடு (Appeal from order)	104
மேல்முறையீட்டு நீதிமன்றத்தின் அதிகாரங்கள் (Powers of Appellate court)	107
உச்சநீதிமன்றத்தில் மேல்முறையீடுகள் செய்தல் (Appeals to the supreme court)	109
உயர் நீதிமன்றத்திற்கு மேலாய்வுக்கு அனுப்புதல் (Reference to High Court)	113
மறு ஆய்வு (Review)	114
சீராய்வு (Revision)	115
மீட்டலுக்கு விண்ணப்பம் (Application for restitution)	144
சார்பற்றுநர்களால் அல்லது அவர்களுக்கு எதிராக நடவடிக்கைகள் (Proceedings by or against representatives)	146
கால நீட்டிப்பு	148
முன்னெச்சரிப்பு மனு (Caveat petiton)	148A
நீதிமன்றக் கட்டணங்களில் குறைகிற தொகையை ஈடுசெய்வதற்குள்ள அதிகாரம் (Power to make up Deficiency of court fees)	149
நீதிமன்றத்தின் உள்ளுறை அதிகாரங்கள் (Inherent powers of court)	151
தீர்ப்புரைகள், தீர்ப்பாணைகள் அல்லது கட்டளைகளைத் திருத்துதல் (Amendment of Judgment decrees or orders)	152
வழக்குகளைத் திருத்துதல் (Amendment in the suit proceedings)	153

நீதிமன்றக் கட்டணங்கள் செலுத்துவதற்கான முக்கிய பிரிவுகள்
(Important provisions for paying court fees)

தமிழ்நாடு நீதிமன்றக் கட்டணங்கள் மற்றும் வழக்குகள் மதிப்புச் சட்டம், 1955

	பிரிவுகள்
பண வழக்குகள் (Suits for Money)	22
அசைவியல் சொத்து குறித்த வழக்குகள் (Suits for movable property)	24
விளம்புகை மற்றும் உடைமை (Declaration and Possession)	25 (அ)
விளம்புகை மற்றும் விளைவுறுதலான உறுத்துக்கட்டளை (Declaration and for consequential injunction)	25 (ஆ)
ஒளியைப் பயன்படுத்தல், வணிகக் குறிகள், ஒளி எதுவும் ஆக்கிரமிப்பு இன்ன பிறவற்றிக்கு விளம்புகை (Declaration for use of light, Trade Marks, infringement of any light etc)	25 (இ)
கோருரிமை வழக்கின்போது மதிப்பீடு செய்ய இயலாமை (when suit claim is incapable of valuation)	25 (ஈ)
ஏற்பு வழக்குகள் (Adoption suits)	26
உறுத்துக்கட்டளை வழக்குகள் (Suits for injuction)	27
குறித்தவகை மாற்றீடு சட்டத்தின்கீழ் உடைமைக்கான வழக்கு (Suits for possession under specific relief Act)	29

வசதியுரிமைகள் தொடர்பான வழக்குகள் (Suits relates to easements)	31
வாங்கு முன்னுரிமை வழக்கு (Pre emption suits)	32
அடைமானங்கள் தொடர்பான வழக்குகள் (Suits relating to Mortgages)	33
கணக்கு கேட்டலுக்கான வழக்குகள் (Suits for Accounts)	35
பாகப்பிரிவினை வழக்கு (Suit for partition)	37
தீர்ப்பாணையை இரத்து செய்வதற்கான வழக்குகள் (Suits for cancellation of decree)	40
இடைக்கால வருமானத்துக்கான வழக்குகள் (Suits for mesne profits)	44
மேல்முறையீட்டுக்கான கட்டணம் (Fee on memorandum of Appeal)	51
மேல்முறையீடுகள் (Appeals)	52

உரிமை வழக்கு விசாரணை முறைச்சட்டத்தின் முக்கியக் கட்டளைகள், விதிகள்
(Important orders and Rules in the code of Civil procedure)

O - Order - கட்டளை
R - Rule - விதி

வழக்கில் அக்கறையுள்ள பல நபர்களில் ஒரு நபர் மட்டும் வழக்கு தொடர எதிர் வழக்காட அனுமதி கோருதல். கட்டளை1, விதி 8

தரப்பினர்களை நீக்குதல் அல்லது சேர்த்தல். (To strike out or add parties)	கட்டளை 1, விதி 10(2)
எதிர்வாதி சேர்க்கப்படவிருக்குமிடத்து, வழக்குரை திருத்தப்பட வேண்டும் (Where defendant added, plaint to be amended)	கட்டளை 1, விதி 10(4)
சேர்க்காமலிருப்பதற்கு அல்லது தவறாகச் சேர்த்தலுக்கு மறுப்பு தெரிவித்தல் (Objection as to non-joinder or mis-joinder)	கட்டளை 1, விதி 13
பதிலமை சார்வு (Substituted service)	கட்டளை 5, விதி 20
வாதுரைகளைத் திருத்துதல் (Amendment of pleadings)	கட்டளை 6, விதி 16, 17
வழக்குரை (Plaint)	கட்டளை 7, விதி 1
வறியவரால் தொடுக்கப்படும் வழக்கு (Suit by indigent person)	கட்டளை 7, விதி 1 மற்றும் கட்டளை 33, விதி 1
எதிர்வழக்குரை (Written statement)	கட்டளை 8, விதி 1
எதிர்வழக்குரையில் எதிர்க்கட்டுக்கான விவரங்கள் கொடுக்கப்படுதல் வேண்டும் (Particulars of set-off)	கட்டளை 8, விதி 6
எதிர்வாதியின் எதிர்கோரிக்கை (Counter claim by defendant)	கட்டளை 8, விதி 6 அ
கூடுதல் எதிர்வழக்குரை (Additional written statement)	கட்டளை 8, விதி 9

உரிமை வழக்கை மீண்டும் கோப்பில் எடுத்துக்கொள்ளுதல் (Restoration of suit)	கட்டளை 9, விதி 4
ஒருதலைப்பட்சமான கட்டளையை நீக்கறவு செய்தல் (To setaside ex-parte order)	கட்டளை 9, விதி 7
ஒருதலைப்பட்சமான தீர்ப்பாணையை நீக்கறவு செய்தல் (To setside ex-parte decree)	கட்டளை 9, விதி 13

ஒத்திவைத்தல் (Adjournment)

வழக்கின் கேட்பு நாளை ஒத்திவைத்தல் (To adjourn the hearing of the case)	கட்டளை 17, விதி 1

ஆவணம் (Document)

ஆவணங்கள் பட்டியலை வழக்குரையுடன் தாக்கல் செய்ய வேண்டும். (List of Documents to be filed along with plaint)	கட்டளை 7, விதி 14 (1) (2)
விடுவினாக்கள் மூலம் வெளிப்படுத்துகை (Discovery by interrogatories)	கட்டளை 11, விதி 1
ஆவணத்தை ஆய்வு செய்தல் (Inspection of Document)	கட்டளை 11, விதி 15
ஆவணங்களைத் தாக்கல் செய்ய மறுதரப்பினருக்கு அறிவிப்பு கொடுத்தல் (Notice to other party to produce documents)	கட்டளை 11, விதி 16

கட்சி ஏற்புக்கான அறிவிப்பு (Notice to admit document)	கட்டளை 12, விதி 2
காலநிர்ணயிப்புக்குப் பின்னர் ஆவணங்களைத் தாக்கல் செய்தல் (To file documents after the time fixed)	கட்டளை 13, விதி 2
ஏற்றுக்கொள்ளப்பட்ட பத்திரங்களைப் பதிவு செய்தலும், நிராகரிக்கப்பட்டனவற்றைத் திருப்பித் தருதலும் (Recording of admitted and return of return of rejected documents)	கட்டளை 13, விதி 7
நீதிமன்றம் அதன் சொந்தப் பதிவுக்கட்டு களிலிருந்து அல்லது வேறு நீதிமன்றங்களி லிருந்து ஆவணங்களைக் கேட்டு அனுப்புதல் (To send for papers from its own records or from other courts)	கட்டளை 13, விதி 10
வழக்கெழு வினாக்களைத் திருத்தவும் நீக்கவும் செய்தல் (To amend, to add to issues)	கட்டளை 14, விதி 5
சாட்சியை மீண்டும் வரவழைத்து விசாரித்தல் (To recall and examine a witness)	கட்டளை 18, விதி 17
தீர்ப்பாணைத்தொகை செலுத்தத் தவணை முறையில் செலுத்துதல் (To pay decree amount by instalments)	கட்டளை 20 விதி 11 (1) (2)
தீர்ப்புரை மற்றும் தீர்ப்பாணைகளின் சான்று நகல்கள் பெறுவதற்கு விண்ணப்பம் செய்தல் (Application to get certified copies of Judgement and decree)	கட்டளை 20, விதி 20

நிறைவேற்றம்
(Execution)

தீர்ப்பாணை பெற்றவருக்கு, நீதிமன்றத்திற்கு வெளியில் தொகையைச் செலுத்துதல் (Payment out of court to decree holder)	கட்டளை 21, விதி 2
நிறைவேற்றத்திற்காக, தீர்ப்பாணையை ஒரு நீதிமன்றத்திலிருந்து மற்றொரு நீதிமன்றத்திற்கு அனுப்புதல் (To send a decree to another court for execution)	கட்டளை 21, விதி 6
நிறைவேற்றத்திற்கு விண்ணப்பஞ் செய்தல் (Application for execution)	கட்டளை 21, விதி 10 (2)
கைது செய்தலுக்கான விண்ணப்பம் (Application for arrest)	கட்டளை 21, விதி 11 (அ)
பொருள்பற்றி (Garnishee) யிடமுள்ள அசையும் பொருளைப் பற்றுகை செய்தல் (Attachment of movable property on the hands of Garnishee)	கட்டளை 21, விதி 12
மேல்முறையீடு தாக்கல் செய்வதன்பேரில் நிறைவேற்றத்தைத் தடைசெய்தல் (To stay the execution on the ground of prefering appeal)	கட்டளை 21, விதி 26 (1)
பொருள்பற்றி (Garnishee) க்கு அறிவிப்பு	கட்டளை 21, விதி 46 (அ)
அரசாங்கத்தின் அல்லது இருப்புப்பாதை நிறுவனத்தின் அல்லது வட்டார அதிகார ஆயத்தின் ஊழியரின் சம்பளம் அல்லது படித்தொகைகளைப் பற்றுகை செய்தல்	கட்டளை 21, விதி 48

(Attachment of salary or allowances of Govt. servants, Railway Co. or Local Authority)

தனியார் ஊழியர்களின் சம்பளம் அல்லது படித்தொகைகளைப் பற்றுகை செய்தல் (Attachment of salary or allowances of private employees)	கட்டளை 21, விதி 48 (அ)
கோருரிமை மனு (Claim petition)	கட்டளை 21, விதி 58
விற்பனையை நிறுத்தி வைத்தல் (Stay to sale)	கட்டளை 21, விதி 59
விற்பனையை ஒத்திப்போடுதல் அல்லது நிறுத்தி வைத்தல் (Adjournment or stoppage of sale)	கட்டளை 21, விதி 69
முறைகேடு அல்லது மோசடி என்ற காரணத்தின் பேரில் விற்பனையை இரத்து செய்வதற்கு விண்ணப்பம் (Application to set aside sale on the ground of irregularity or fraud)	கட்டளை 21, விதி 90
தடைநீக்கம் (Removal of obstruction)	கட்டளை 21, விதி 97
கட்டளை 21 வகையங்களின்கீழ் ஒருதலைப் பட்சமாக வழங்கப்பட்ட ஆணைகளை நீக்கறவு செய்தல் (Setting aside orders passed exparte under the provisions of order 21)	கட்டளை 21, விதி 106

சட்டப்படியான சார்பாளர்கள்
(Legal Representatives)

இறந்த வாதியின் சட்டப்படியான சார்பாளர்களைப் பதிவுக்குக் கொண்டு வருதல் (To bring on record legal representative of deceased plaintiff)	கட்டளை 22, விதி 3
இறந்த எதிர்வாதியின் சட்டப்படியான வாரிசுகளைச் சேர்த்தல் (To bring L.R. of deceased defendant)	கட்டளை 22, விதி 4
அற்றுப்போதலை நீக்கறவு செய்தல் (To set aside abatement)	கட்டளை 22, விதி 9 (2)
வழக்கைத் திரும்பப் பெறுதல் (Withdrawal of suit)	கட்டளை 23, விதி 1
வழக்கில் சமரசஞ் செய்துகொள்ளுதல் (Compromise of suit)	கட்டளை 23, விதி 3
தீர்ப்பாணைத்தொகை, எதிர்வாதியால் செலுத்தப்பெறுதல் அல்லது வைப்பீடு செய்யப்பெறுதல் (Payment or Deposit of decree amount by the defendant)	கட்டளை 24, விதி 1

ஆணையரை நியமித்தல்
(Appointment of Commissioner)

சாட்சிகளை விசாரணை செய்ய ஆணையரை நியமிக்க விண்ணப்பம் தாக்கல் செய்தல். (Application for the appointment of commissioner to examine witness)	கட்டளை 26, விதி 1

நீதிமன்றங்களும் வழக்கு நடைமுறைகளும்

தலஆய்வுகளைச் செய்ய ஆணையரை நியமித்தல்.	கட்டளை 26, விதி 9
ஆணையரை விசாரிக்க விண்ணப்பஞ் செய்தல். (Application to examine commissioner)	கட்டளை 26, விதி 10 (2)
அறிவியல் முறையில் ஆய்வு செய்ய ஆணையரை நியமித்தல்.	கட்டளை 26, விதி 10 எ
வழக்குத்துணைவரைக் கொண்டு இளவர் வழக்கிடல் (Minor to sue by next friend)	கட்டளை 32, விதி 1
நீதிமன்றக் காப்பாளர் (Court Guardian)	கட்டளை 32, விதி 3
வறியவர்களால் தொடுக்கப்படும் வழக்குகள் (Suits by indigent persons)	கட்டளை 33, விதி 1

சுருக்கமுறை விசாரணை வழக்கு
(Summary suit)

சுருக்கமுறை விசாரணை வழக்கு தொடுத்தல் (Institution of summary suit)	கட்டளை 37 விதி 2
சுருக்க விசாரணைமுறை வழக்கில் எதிர்வாதி முன்னிலையாவதற்கு வாதிக்கு அறிவிப்பு கொடுத்தல் (Notice to plaintiff for entering suit appearance is summary suit)	கட்டளை 37 விதி 3
மனுவை எதிர்கொள்வதற்கு அனுமதி (Leave to defend petition)	கட்டளை 37 விதி 3

கட்டளை 37இன்கீழ் பிறப்பிக்கப்பட்ட தீர்ப்பாணையை நீக்கறவு செய்வதற்கான அதிகாரம் (Power to setaside decree passed u/o. 37)	கட்டளை 37 விதி 4

தீர்ப்புரைக்குமுன் பற்றுகை
(Attachment before judgment)

தீர்ப்புரைக்குமுன் கைதுசெய்தல் (To arrest before judgment)	கட்டளை 38 விதி 1
தீர்ப்புரைக்குமுன் பற்றுகை (To attach before judgment)	கட்டளை 38 விதி 5

உறுத்துக்கட்டளை
(Injunction)

தற்காலிக உறுத்துக்கட்டளைக்கான விண்ணப்பம் (Application for temporary injunction)	கட்டளை 39 விதி 1
ஒருதலைப்பட்ச உறுத்துக்கட்டளையை நீக்குதல் (To vacate the exparte injunction)	கட்டளை 39 விதி 4
உறுத்துக்கட்டளையை விடுவித்தல், மாற்றுதல் அல்லது நீக்கறவு செய்தல் (To discharge, vary or setaside the injunction)	கட்டளை 39 விதி 4

வழக்குச் சொத்து பேணுநர்
(Receiver)

ஒருதலைப்பட்ச உறுத்துக்கட்டளையை நீக்குதல் (Appointment of receiver)	கட்டளை 40 விதி 1

மேல்முறையீடு
(Appeal)

ஒருதலைப்பட்ச உறுத்துக்கட்டளையை நீக்குதல் (Memorandum of Appeal)	கட்டளை 41 விதி 96
எதிர் மறுப்பு (Cross - objection) எதிர் மேல்முறையீடு - (Cross Appeal)	கட்டளை 41 விதி 22

தடை
(Stay)

மேல்முறையீட்டு நீதிமன்றத்தால் தடை (Stay by Appellate court) ஆணை வழங்கப்படுதல்.	கட்டளை 41 விதி 5
தீர்ப்பாணை வழங்கிய நீதிமன்றத்தால் தடை ஆணை வழங்கப்படுதல் (Stay by court which passed the decree)	கட்டளை 41 விதி 5 (2)
எதிர் மேல்முறையீடு தாக்கல் செய்தல் (To file cross Appeal)	கட்டளை 41 விதி 22
மேல்முறையீட்டு நீதிமன்றத்தில் கூடுதல் சாட்சிகளை முன்னிலைப்படுத்துதல் (To produce additional evidence in Appellate Court)	கட்டளை 41 விதி 27
மேல்முறையீடுகளில் நகல் விண்ணப்பம் (Copy application in Appeals)	கட்டளை 41 விதி 36
கீழமை நீதிமன்றங்களின் அசல் தீர்ப்பாணைகளிலிருந்து உயர்நீதிமன்றத்தில் மேல்முறையீடுகள் (Appeal to the High Court from original decrees of subordinate courts)	கட்டளை 41 (அ)

மேல்முறையீட்டுத் தீர்ப்பாணைகளிலிருந்து மேல்முறையீடுகள் (Appeals from Appellate decrees)	கட்டளை 42
ஆணைகளிலிருந்து மேல்முறையீடுகள் (Appeals from orders)	கட்டளை 43 விதி 1
வறியவர்களால் செய்யப்படும் மேல்முறையீடுகள் (Appeals by indigent persons)	கட்டளை 44 விதி 1
உச்சநீதிமன்றத்தில் மேல்முறையீடுகள் செய்தல் (Appeals to the supreme court)	கட்டளை 45
மேலாய்வு (Reference)	கட்டளை 46
மறுஆய்வு மனுக்கள் (Review petitions)	கட்டளை 47 விதி 1
முன்னெச்சரிப்பு மனுவைப் பதிவு செய்தல் (Lodging of caveat)	கட்டளை 52

தமிழ்நாடு உரிமையியல் நீதிமன்றங்களின் நிதி ஆள்வரை
(Pecuniary Juridiction of civil courts in Tamil Nadu)

நாட்டுப்புற நீதிமன்றங்கள்
(Mufussil courts)

மாவட்ட உரிமையியல் நீதிமன்றத்தில் சிறுவழக்கு நிதி ஆள்வரை (Provincial small cause pecuniary jurisdiction of District Munsif court)   ரூ.5000/- வரையில் சிறு வழக்குகளைத் தாக்கல் செய்யலாம்.

மாவட்ட உரிமையியல் (முன்சீப்) நீதிமன்றத்தில் முதலேற்பு வழக்கு (Original suit). நிதி ஆள்வரை	ரூ.30,000/- வரையில் முதலேற்பு வழக்குகளைத் தாக்கல் செய்யலாம்.
மாவட்ட நீதிமன்றம் (District Court))அல்லது சார்பு நீதிமன்றத்தில் (Sub-court) தாக்கல் செய்யப்படும் சிறுவழக்கு நிதிஆள்வரை.	ரூ.20,000/- வரையில் சிறு வழக்குகளைத் தாக்கல் செய்யலாம்.
மாவட்ட நீதிமன்றம் அல்லது சார்பு நீதிமன்றத்தில் முதலேற்பு வழக்கு (original suit) நிதிஆள்வரை.	ரூ.5,00,000/- வரையில் முதலேற்பு வழக்குகளைத் தாக்கல் செய்யலாம்.
மாவட்ட நீதிமன்றம் மற்றும் சார்பு நீதிமன்றத்தில் மேல்முறையீடு	ரூ.3,00,000/- வரையில் தாக்கல் செய்யலாம்.
கீழமை நீதிமன்றங்களிலிருந்து உயர் நீதிமன்றத்தில் மேல்முறையீடு	ரூ.3,00,000/- க்கு மேல்.

சென்னை மாநகர நீதிமன்றங்கள்
(Chennai City Courts)

மாநகர சிறுவழக்கு நீதிமன்ற நிதி ஆள்வரை (Presidency small cause court pecuniary jurisdiction)	ரூ.2,00,000/- வரையில் சிறுவழக்குகளைத் தாக்கல் செய்யலாம்.
சென்னை மாநகர உரிமையியல் நீதிமன்ற நிதி ஆள்வரை (Pecuniary jurisdiction of city civil court-Chennai.	ரூ.10,00,000/- வரையில் வழக்குகளைத் தாக்கல் செய்யலாம்.
சென்னை மாநகர உரிமையியல் நீதிமன்றத்தில் மேல்முறையீட்டு ஆள்வரை (Appellate jurisdiction of city civil court Chennai)	ரூ.30,00,000/- வரையில் மேல்முறையீடு செய்யலாம்.

சென்னை மாநகர உரிமையியல் நீதிமன்றத்திலிருந்து உயர்நீதிமன்றத்தில் மேல்முறையீடு செய்தல் (Appeal to High Court from city civil court - Chennai)	ரூ.3,00,000/- க்கு மேல்.
உயர் நீதிமன்றத்தில், தனிநீதிபதி (Single Judge) முன்னிலையில் மேல்முறையீடு	ரூ.5,00,000/- வரையில்
உயர் நீதிமன்றத்தில், இரண்டு நீதியரசர்கள் (Division Bench) முன்னிலையில் மேல்முறையீடு	ரூ.5,00,000/- க்கு மேல்.

உரிமையியல் நீதிமன்றங்களில் வழக்குகள் தாக்கல் நடைமுறை
(Procedure for filing Civil Suits)

வாதியால் வழக்குரை தாக்கல் செய்யப்படுதல்
↓
கோப்புக்கு எடுத்து எண் கொடுத்தல்
↓
எதிர்வாதிகளுக்கு அழைப்பாணை சார்வு செய்தல்
↓
தரப்பினர்கள் முன்னிலையாதல்
↓
எதிர்வாதிகளால் எதிர்வழக்குரை தாக்கல் செய்யப்படுதல்
↓
எழுவினாக்கள் வனைதல்
↓
ஆவணங்களை தாக்கல் செய்தல்
↓
வழக்கு விசாரணை
↓
தீர்ப்பு
↓

முதல் மேல்முறையீடு
↓
உயர் நீதிமன்றத்தில் இரண்டாவது மேல்முறையீடு
↓
தனிநீதிபதியால் முதல் மேல்முறையீட்டில் தீர்ப்பு வழங்கப்படுமேயாயின் அதை எதிர்த்து சிறப்புரிமைப் பட்டய மேல்முறையீடு (Letters patent Appeal) செய்யப்படும்.
↓
உச்சநீதிமன்றத்தில் சிறப்பு அனுமதி மனுதாக்கல் செய்தல்.

வழக்கொன்று மாவட்ட உரிமையியல் (முன்சீப்) நீதிமன்றத்தில் தாக்கல் செய்யப்படும்போது, அந்த நீதிமன்றத் தீர்ப்பை எதிர்த்து, மேற்கொள்ளப்படும் முதல் மேல்முறையீட்டை மாவட்ட நீதிமன்றம் அல்லது சார்பு நீதிமன்றத்தில் தாக்கல் செய்தல் வேண்டும்.

வழக்கொன்று முதன் முதலில் சார்பு நீதிமன்றத்தில் தாக்கல் செய்யப்படும்போது வழக்கு மதிப்பு ரூ.3,00,000/-க்கு உட்பட்டதாக இருக்கும். பின் அதில் வழங்கப்படும் தீர்ப்பை எதிர்த்து மேற்கொள்ளப்படும் முதல் மேல்முறையீட்டை மாவட்ட நீதிமன்றத்தில் தாக்கல் செய்தல் வேண்டும்; சார்பு நீதிமன்ற வழக்கு மதிப்பு ரூ.3,00,000/-க்கு மேற்பட்டதாக இருக்கும்போது, முதல்மேல்முறையீட்டை உயர்நீதிமன்றத்தில் தனி நீதியரசரின் முன்னிலையில் தாக்கல் செய்தல் வேண்டும்.

வழக்கு மதிப்பு ரூ.5,00,000/- அல்லது அதற்கு மேற்பட்டதாக இருந்திடும்போது, உயர்நீதிமன்றத்தில் இரு நீதியரசர்கள் அடங்கிய ஆயத்தில் (Division Bench) மேல்முறையீட்டைத் தாக்கல் செய்தல் வேண்டும்.

உயர் நீதிமன்றத்தின் தனிநீதிபதியால் வழங்கப்பட்ட தீர்ப்பில் குறைவுற்றவர்கள் சிறப்புரிமைப் பட்டய மேல்முறையீடு (Letters patent Appeal) செய்யலாம்.

சார்பு நீதிமன்றம் (Sub-Court) அல்லது மாவட்ட நீதிமன்றம் (District court) அல்லது மாநகர உரிமையியல் நீதிமன்றத்தில் முதல் மேல்முறையீட்டில் வழங்கிய தீர்ப்பில் பாதிக்கப்பட்டவர்கள் இரண்டாவது மேல்முறையீட்டை உயர் நீதிமன்றத்தில் தாக்கல் செய்யலாம்.

இரண்டாவது மேல்முறையீட்டில் உயர் நீதிமன்றம் தீர்ப்பு வழங்கிய பின்னர், அந்தத் தீர்ப்பில் பாதிக்கப்பட்டவர்கள் சிறப்பு அனுமதி பெற்று உச்ச நீதிமன்றத்தில் (Supreme Court) மேல்முறையீடு தாக்கல் செய்யலாம்.

விளக்க வரைபடம்

மாவட்ட உரிமையியல் (முன்சீப்) நீதிமன்றம்
District Munsif Court [மு.வ. (O.S.)]
↓

சார்பு நீதிமன்றம் அல்லது மாவட்ட நீதிமன்றம்
Sub- Court or District Court
[மே.வ. (A.S.)]
↓

உயர் நீதிமன்றம்
High Court [வ.மே. (S.A)]
↓

உச்ச நீதிமன்றம்
Supreme Court [சி.அ.ம. (S.L.P.)]
↓

[உ.மே. (C.A.)]

உயர் நீதிமன்றம்
(முதலேற்பு ஆள்வரை-
Original Jurisdiction)
[உ.வ.(C.S.)]
↓

உயர் நீதிமன்றம்
(ஈராயம் - Division
Bench அதாவது
இரண்டு உயர்நீதிமன்ற
நீதியரசர்கள் ஒன்றி
ணைந்து விசாரிப்பது)
[மு.வ.மே. O.S.A.]
↓

உச்ச நீதிமன்றம்
(சி.அ.ம. S.L.P)
↓

[உ.மே. (C.A.)]

நீதிமன்றங்களும் வழக்கு நடைமுறைகளும் 50

சார்பு நீதிமன்றம்
(Sub-Court)

(மு.வ. O.S.)

மாவட்ட நீதிமன்றம் (மே.வ. A.S.)		உயர் நீதிமன்றம் (மே.வ. A.S.)
(ரூ.3,00,000 வரையில்) உயர் நீதிமன்றம் (வ.மே.S.A)	தனிநீதிபதி (Single Judge) வழக்கு மதிப்பு ரூ.3,00,000-க்கு மேலும் ரூ.5,00,000-க் குள்ளும்	ஈராயம் (Division Bench) (ரூ.5,00,000உம் அதற்கு மேலும்)
		உச்ச நீதிமன்றம் (Supreme Court)
உச்ச நீதிமன்றம் (சி.அ.ம. S.L.P)	(சி.ப.மே.L.P.A.) உச்ச நீதிமன்றம் (சி.அ.ம. S.L.P)	(சி.அ.ம. S.L.P) உச்ச நீதிமன்றம் (உ.மே. C.A.)
உச்ச நீதிமன்றம் (உ.மே. C.A.)	(உ.மே. C.A.)	

| வ.ம. I.A மேல் முறையீட்டுக்குரிய ஆணை Appellable Order ↓ உ.ப.மே C.M.A. ↓ உ.சீ.ம. C.R.P ↓ சி.அ.ம. S.L.P. | வ.ம. I.A மேல்முறையீடு செய்யவியலாதது Non-appellable order ↓ உ.சீ.ம. C.R.P. ↓ சி.அ.ம. S.L.P. |

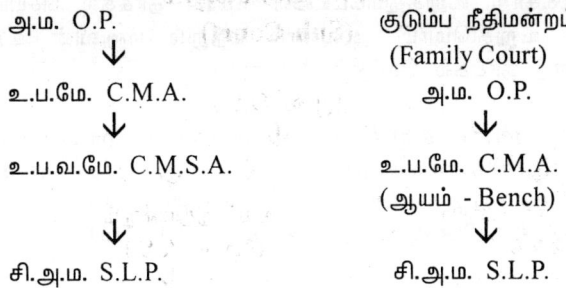

அ.ம. O.P.	குடும்ப நீதிமன்றம் (Family Court)
↓	அ.ம. O.P.
உ.ப.மே. C.M.A.	↓
↓	உ.ப.மே. C.M.A. (ஆயம் - Bench)
உ.ப.வ.மே. C.M.S.A.	↓
↓	
சி.அ.ம. S.L.P.	சி.அ.ம. S.L.P.

வழக்குரை தாக்கல்
(Presentation of plaint)

வழக்குரை தாக்கல் செய்யப்படும்போது பின்வருவனவற்றைத் தாக்கல் செய்வது அவசியமாகும்.

1. வழக்குரை (Plaint) - 1
2. மதிப்பீடு பட்டியல் (Valuation Slip) - 1
3. வழக்குரைக்கும் அதிகார ஆவணம் (Vakalat) - 1
4. நீதிமுறைக் கட்டளைக்கான விண்ணப்பம் - 1 (Process Application)
5. ஒவ்வொரு எதிர்வாதிக்குமான வழக்குரையின் உண்மை நகல்.
6. அழைப்பாணைப் படிவங்கள். (ஒவ்வொரு எதிர்வாதிக்கும் அழைப்பாணைப் படிவங்கள் இரண்டு வைத்தல் வேண்டும்.)
7. உ.வி.மு.ச. கட்டளை 7, விதி 14 (1)-இன்கீழ் ஆவணங்களுடனான ஆவணப்பட்டியல்.
8. உ.வி.மு.ச. படிவம் II. (ஒவ்வொரு எதிர்வாதிக்கும் இரண்டு வீதம் தாக்கல் செய்தல் வேண்டும்.)

வழக்கு உறுத்துக் கட்டளை வழக்காக **(Injunction suit)** *இருந்தால், மேலே குறிப்பிடப்பட்டவைகளுடன்*

1. வழக்கையும் வழக்கிடை மனுவையும் உடன் கோப்பில் எடுக்க அவசரத்தன்மையதான (Emergent petition) மனுவைத் தாக்கல் செய்தல் வேண்டும்.

2. இடைக்கால உறுத்துக்கட்டளையின் பொருட்டு உண்மை உறுதிமொழி ஆவணம் (Affidavit) மற்றும் மனுவைத் தாக்கல் செய்தல் வேண்டும்.

3. இடைக்கால உறுத்துக்கட்டளை கோரி தாக்கல் செய்யப்பட்ட உண்மை உறுதிமொழி ஆவணம் மற்றும் மனுவின் உண்மை நகல்களைத் தாக்கல் செய்தல் வேண்டும்.

ஒருதலை சார்பாக உறுத்துக் கட்டளைக்கு (Exparte Injunction) ஆணை பிறப்பிக்கப்பட்டிருப்பின் அந்த உறுத்துக்கட்டளைக்கான ஆணையைச் சார்வு செய்ய கட்டளைப் பொறுப்பு அலுவலர் (Nazir) அலுவலகத்தில் பின்வருவனவற்றைத் தாக்கல் செய்தல் வேண்டும்.

1. பிற்சேர்க்கை எப். படிவம் 8, உ.வி.மு.ச அறிவிப்பு
2. உறுத்துக் கட்டளைக்கான உண்மை உறுதிமொழி ஆவணம் (Affidavit), மனு ஆகியவற்றின் நகல்
3. வழக்குரை (Plaint) நகல்
4. ஆவணங்களின் நகல்கள்
5. படிக்குறிப்பு (Batta Memo)
6. எதிர்மனுதாரர் ஒவ்வொருவருக்கும் தலா இரண்டு அறிவிப்புப் படிவங்கள்

வழக்குரையைத் தாக்கல் செய்வதற்குமுன் சரிபார்த்தல்

1. வழக்குரையை கான்கர் தாளில் தட்டச்சு செய்தல் வேண்டும். வழக்குரையின் உண்மை நகல் சாதாரண தாளில் தட்டச்சு செய்யப்பட்டிருக்கலாம்.
2. வழக்குரையின் மேல்தாள் தனியாகத் தட்டச்சு செய்யப்பட்டு, வழக்குரையுடன் தைக்கப்படுதல் வேண்டும்.
3. வழக்குரையை ஊசி, கம்பிகள் மூலம் இணைக்கப்படுதலைத் தவிர்த்தல் வேண்டும்.
4. கடனுறுதிச் சீட்டுகள் (Promissory Notes) போன்ற முக்கிய ஆவணங்களை வழக்குரையுடன் இணைத்துத் தைத்தல் வேண்டும்.

மனுக்களுக்கான நீதிமன்றக் கட்டணம்
(Court Fees on petitions)

	ரூ.	பைசா.
தீர்ப்புரைக்கு முந்தைய பற்றுகை அல்லது தீர்ப்புரைக்கு முந்தைய கைது மதிப்பு ரூ.50/-க்கு உட்பட்டிருக்கும் நிலையில்	1	00

ரூ.50/-க்கு மேற்பட்டிருக்கும் நிலையில்	2.50
உறுத்துக்கட்டளை மனு (injunction petition)	2.50
மற்ற மனுக்களுக்கு	0.75
மாற்றுதலுக்கான அசல் மனு (Transfer original petition)	10.00

உ.வி.மு.ச. பிரிவு 47; கட்டளை 21, விதி 58, 90-இன் கீழ் கோருரிமை மனுவுக்கான நீதிமன்றக் கட்டணம்

மாவட்ட உரிமையியல் (முன்சீப்) நீதிமன்றம்	1.00
மாநகர உரிமையியல் நீதிமன்றம், சார்பு நீதிமன்றம், மாவட்ட நீதிமன்றம்	2.50
உயர் நீதிமன்றம்	5.00
வழக்குரைக்கும் அதிகார ஆவணம் (Vakalat)	1.50

வழக்குகள் மற்றும் மனுக்களுக்குச் செலுத்தும் நீதிமன்றக் கட்டணங்கள்
(Court fees payable for suits and petitions)

தமிழ்நாடு நீதிமன்றக் கட்டணங்கள் மற்றும் வழக்குகள் மதிப்பீடு சட்டம், 1955 யிலிருந்து எடுக்கப்பட்ட பகுதி
(Extract from T.N. Court-Fees and suits Valuation Act, 1955)

		ரூ. பைசா.
வழக்குரை (Plaint)	வழக்கு மதிப்பு ரூ.5/-ஆக இருந்தால்	0 . 40
	ரூ.5/-க்கு மேற்பட்டதாக இருக்கும் போது, ரூ.100/- வரையில் ஒவ்வொரு ரூ.5/-க்கும்	0 . 40
	ரூ.100/-க்கு மேல் ஒவ்வொரு ரூ.10/-க்கு	0 . 75
	(சென்னை உயர்நீதிமன்றத்தின் முதலேற்பு வழக்குகள் அல்லாத வேறு வகையில்)	

தமிழ்நாடு நீதிமன்றக் கட்டணம் மற்றும் வழக்கு மதிப்பீடு சட்டம் பிரிவுகள்	வழக்கின் தன்மை	செலுத்த வேண்டிய நீதிமன்றக் கட்டணம்
1	2	3
8	எதிரீடு அல்லது எதிர் கோருரிமை	வழக்குரையைப் போன்று நீதிமன்றக் கட்டணத்தைச் செலுத்தவேண்டும்.

22	பணவழக்குகள் (Money suits) இழப்பீடு கோருதல் அல்லது வாழ்க்கை நிலுவைக் கோருதல் ஆகியன இதில் அடங்கும்.	கோரும் தொகைக்கு ஏற்ப
23(அ)	வாழ்க்கைப் பொருளுதவிக்கான வழக்குகள் (suits for maintenance)	ஓராண்டு வாழ்க்கைப் பொருள் உதவித் தொகைக்குரிய கட்டண த்தைச் செலுத்துதல் வேண்டும்.
23(ஆ)	வாழ்க்கைப் பொருளு தவியை உயர்த்துதல் அல்லது குறைத்தல்	எந்த ஆண்டுக்குரிய வாழ்க்கைப் பொருள் உதவியை உயர்த்த வேண்டப்படுகிறதோ அந்த தொகைக்குரிய கட்டணத்தைச் செலுத்துதல் வேண்டும்.
23(இ)	ஆண்டுதோறும் அல்லது காலந்தோறும் தொகை செலுத்தத் திற்கான வழக்குகள்	ஓராண்டுக்குச் செலுத்தக் கோரும் தொகை போன்று 5 மடங்குகள். ஐந்தாண்டுக்குக் குறைந்த நிலையில் கூட்டாகச் செலுத்தும் தொகை
24 (அ)	மூல ஆவணங்க ளல்லாத அசைவியல் சொத்துக் குறித்த வழக்கு	சொத்தின் சந்தை மதிப்பின்பேரில் நீதிமன்றக் கட்டணத்தைச் செலுத்துதல் வேண்டும்.

நீதிமன்றங்களும் வழக்கு நடைமுறைகளும் 56

24 (2) (அ)	மூல ஆவணங்களின் உடைமை வழக்கு	ஆவணத்தில் கண்டுள்ள சொத்தின் ¼ சந்தை மதிப்பின்படி நீதிமன்றக் கட்டணத்தைச் செலுத்துதல் வேண்டும்.
24 2 (ஆ)	மறுப்பில்லாதி ருக்குமிடத்து	நிவாரண மதிப்பின் படி செலுத்துதல் வேண்டும்.
25 (அ)	சுற்றுகை மற்றும் உடை மைக்கான வழக்குகள் (suit for a declaration and for possession)	சொத்தின் சந்தை மதிப்பு அல்லது ரூ.300/-இன்படி. இதில் எது அதிகமோ அதன்படி செலுத்துதல் வேண்டும்.
25 (ஆ)	அசையா நிலைச் சொத்தின் சாற்றுகை மற்றும் விளைவுறு உறுத்துக் கட்டளையின் பொருட்டான வழக்கு (suit for a declaration and for consequential injunction with reference to immovable property)	சொத்தின் சந்தை மதிப்பில் அரைப் பகுதி அல்லது ரூ.300/-இன்படி; இதில் எது அதிகமோ அதன்படி செலுத்துதல் வேண்டும்.
25 (இ)	குறி, பெயர், புத்தகம், படம், சித்திரக்கலை அல்லது பொருள் எதையும் பயன்படுத்த, விற்பனை செய்ய, அச்சிட அல்லது காட்சியிட சிறப்புரிமை பெற்றிருப்பதற்கான வழக்கு	
25 (ஈ)	விளைவுறுதலான அல்லது விளைவுறுதலில்லாச்	நிவாரணத்தின் மதிப்பின் பேரில் அல்லது ரூ.400/-

	சாற்றுகைக்காக (For declaration with or without consequential relief)	இதன்படி. இதில் எது அதிகமோ அதன்பேரில் நீதி மன்றக் கட்டணம் செலுத்துதல் வேண்டும்.
26.	செல்தகைக்கான விளம்புகை வழக்கு அல்லது ஏற்புச் செல் தகைக்கான வழக்கு (Suit for a declaration in regard to the validity or in validity of an adoption or the factum of an adoption)	மாவட்ட உரிமையியல் (முன்சீப்) நீதிமன்றம் ரூ.50/- சென்னை மாநகர உரிமையியல் நீதிமன்றம் அல்லது சார்பு நீதிமன்றம் அல்லது மாவட்ட நீதிமன்றத்தில், சொத்து சந்தை மதிப்பு க்கு உட்படுத்தப்பட்டி ருக்கும்போது, கோரும் பரிகாரம் ரூ.10,000/-க்கு அல்லது அதற்குக் குறைவாக இருந்திடும்போது ரூ.100/-; ரூ.10,000/-க்கு மேற்பட்ட தாக இருந்திடும்போது ரூ.500/-; உயர் நீதிமன்றத்தில் ரூ.500/-
27 (a)	(i) உறுத்துக் கட்டளைக்கான வழக்கு அல்லது (ii) அசையாநிலைச் சொத்தின் உரிமை மூல விளம்புகைக் கான வழக்கு	சொத்தின் சந்தை மதிப்பில் பாதி அல்லது ரூ.300/-; இதில் எது அதிகமோ அதன் அடிப்படையில் நீதிமன்றக் கட்டணத்தைச் செலுத்த வேண்டும்.

| 27 (b) | சிறப்புரிமை சார்ந்த உறுத்துக் கட்டளை வழக்கு அல்லது குறி எதனையும் மற்றும் பெயரைப் பயன்படுத்தவும், புத்தகம், படம், உருவ வரைபடம் அல்லது வேறு எதனையும் விற்க, அச்சிட, காட்சிக்கு வைப்ப தற்குள்ள உரிமையை மறுக்கின்றபோது தொடுக்கப் படுகின்ற உறுத்துக் கட்டளை வழக்கு. | கோரும் பரிகாரத்தின் மதிப்பு அல்லது ரூ.500; இதில் எது அதிகமோ அதன் அடிப்படையில் நீதிமன்றக் கட்டணத்தைச் செலுத்தவேண்டும். |

27 (c) உறுத்துக் கட்டளை வழக்கு (Suit for injunction)

கோரும் பரிகாரம் அல்லது ரூ.400/-; இதில் எது அதிகமோ அதன் அடிப்படையில் நீதி மன்றக் கட்டணத்தைச் செலுத்துதல் வேண்டும்.

ரூ.100/-க்கு ரூ.7.50 காசு என்று கணக்கிட்டு முத்திரை வில்லையை ஒட்ட வேண்டும்.

பணத்தைத் திரும்பப் பெறுதல் இழப்பீடு கோருதல் போன்ற வழக்குகளில் ரூ.100/-க்கு ரூ.7.50/- காசு மதிப்பீடு செய்து முத்திரை வில்லை ஒட்டுதல் வேண்டும்.

வாரிசு சான்றிதழ் (succession Certificate) பெற ரூ.100/-க்கு ரூ.3/- வீதம்

		வங்கியில் நீதிமன்றக் கணக்கில் செலான் மூலம் பணத்தைச் செலுத்த வேண்டும்.
28.	விளைவுறு பரிகாரத்துடனோ இல்லாமலோ பொறுப்புரிமைச் சொத்தின் உடைமை அல்லது கூட்டுடைமை அல்லது விளம்புகைத் தீர்ப்பாணையின் பொருட்டு வழக்கிடல். (Suit for possession or joint possession of trust property or for a declaratory decree, whether with or without consequentrial relief)	அதிக பட்சக் கட்டணம் ரூ.200/-க்கு உட்பட்டு, சொத்தின் சந்தை மதிப்பில் ஐந்தில் ஒரு பங்கு வீதம்; சொத்து, சந்தை மதிப்பிடாத போது ரூ. 1000/-
29.	குறித்தவகை மாற்றீடு சட்டம், 1877 பிரிவு 9இன்கீழ் உடைமைக்கான வழக்கு (Suit for possession under sec.9 of the specific Relief Act, 1877)	சொத்தின் சந்தை மதிப்பில் பாதி அல்லது ரூ.200/- இதில் எது அதிகமோ அதன்பேரில் நீதிமன்றக் கட்டணம் செலுத்துதல் வேண்டும்.
30.	வேறு வகையில் குறிப்பிடாத நிலையில் அசையாநிலைச் சொத்தின் உடைமைக்கு (Suit for possession of immovable property not otherwise provided)	சொத்தின் சந்தை மதிப்பு அல்லது ரூ.300/- இதில் எது அதிகமோ அதன்பேரில் நீதிமன்றக் கட்டணத்தைச் செலுத்த வேண்டும்.
31.	வசதியுரிமை தொடர்பான வழக்குகள் (Suits relating to Easements)	பரிகாரத்தின் மதிப்பு ரூ.300/-க்கு குறைவில் லாததன் அடிப்படையில்.

32.		வாங்கு முன்னுரிமையை அமல்படுத்துவதற்கான வழக்கு (Suit to enforce a right of pre-emption)	விற்பனைக்கான மறுபயன் தொகை அல்லது சந்தை மதிப்பு இதில் எது அதிகமோ அதன்படி நீதிமன்றக் கட்டணத்தைச் செலுத் துதல் வேண்டும்.
33.	(1)	அடைமானத்தில் தொகை யைத் திரும்பப் பெறுதல் (Suit for recovery of money due on a mortgage)	கோரும் தொகையின் அடிப்படையில் நீதிமன்றக் கட்டணத்தைச் செலுத் துதல் வேண்டும்.
35.	(1)	கணக்குகளுக்கான வழக்கு (Suits for accounts)	வழக்குரையில் வழக்கிட மதிப்பீடு செய்திட்ட தொகையின் அடிப்படை யில் நீதிமன்றக் கட்ட ணத்தைச் செலுத்துதல் வேண்டும்.
36.		கூட்டாண்மை மற்றும் கணக்குக் கலைப்புக்கான வழக்கு (Suit for dissolution of partnership and accounts)	கூட்டாண்மையில் வாதி மதிப்பீடு செய்த வாதியின் பங்குக்குரிய தொகையின் அடிப்படை யில் நீதிமன்றக் கட்ட ணத்தைச் செலுத்த வேண்டும்.
37.		பாகப்பிரிவினை மற்றும் கூட்டுக் குடும்பச் சொத்தில் தனக்குரிய பாகத்தைத் தனி யாகக் கோருதல் அல்லது கூட்டிணைவான அல்லது பொதுவான சொத்திலிருந்து வாதி அப்புறப்படுத்தப்பட்டி ருப்பது தொடர்பான வழக்கு.	(i) வாதியின் பாகத்திற் குரிய சந்தை மதிப்பின் பேரில் நீதிமன்றக் கட்ட ணத்தைச் செலுத்த வேண்டும்.

37 (2) வாதி சொத்தொன்றின் கூட்டுடைமையிலிருந்து பாகப் பிரிவினை அல்லது தனி உடைமை கோரிடும் வழக்கு
(Suit for partition and separate possession when the plaintiff is in joint possession of the property)

(i) மாவட்ட உரிமையியல் (முன்சீப்) நீதிமன்றமாக விருந்தால் ரூ.30/- செலுத்த வேண்டும்.

(ii) சென்னை மாநகர உரிமையியல் நீதிமன்றம், அல்லது சார்பு நீதிமன்றம் அல்லது மாவட்ட நீதிமன்றத்தில் வழக்கிடும்போது, வாதியின் பாக மதிப்பு ரூ5,000/-ம் அதற்குக் குறைவாகவுமிருந்தால் ரூ 30 நீதிமன்றக் கட்டணம் செலுத்துதல் வேண்டும். மதிப்பு ரூ5,000/-க்கு மேலும் ரூ10,000/-க்கு உட்பட்டு மிருந்தால் ரூ100/- நீதிமன்றக் கட்டணம் செலுத்துதல் வேண்டும். மதிப்பு ரூ10,000/-க்கு மேற்பட்டதாக இருந்தால் ரூ200/- நீதிமன்றக் கட்டணம் செலுத்துதல் வேண்டும்.

(iii) உயர் நீதிமன்றத்தில் ரூ300/- நீதிமன்றக் கட்டணம் செலுத்துதல் வேண்டும்.

38. சொத்துடைமையிலிருந்து நீக்கப்பட்டி கும்போது, கூட்டுச் சொத்துடைமைக்கான வழக்கு (Suit for joint Possession when excluded from possession of the property) வாதிக்குரிய பாகத்தின் சந்தை மதிப்பு அடிப்படையில், நீதிமன்றக் கட்டணத்தைச் செலுத்துதல் வேண்டும். (On the market value of the plaintiff's share.

39 (1) நிலச்சொத்தை நிர்வகிப்பதற்கான வழக்கு (suit for the administration of an estate)

(i) வருவாய் நீதிமன்றத்தில் ரூ15/- நீதிமன்றக் கட்டணமாகச் செலுத்த வேண்டும்.

(ii) மாவட்ட உரிமையியல் (முன்சீப்) நீதிமன்றத்தில் ரூ30/- நீதிமன்றக் கட்டணமாகச் செலுத்த வேண்டும்.

(iii) சென்னை மாநகர உரிமையியல் நீதிமன்றம், அல்லது சார்பு நீதிமன்றம் அல்லது மாவட்ட நீதிமன்றத்தில் பிரச்சினைக்குரிய விடயத்தின் மதிப்பு (subject matter) ரூ5000/- அல்லது அதற்குக் குறைவாக இருந்தால் ரூ30/-ம்; மதிப்பு ரூ5000/-க்கு மேலும் ரூ10,000/-க்கு உட்பட்டிருந்தால் ரூ100/-ம்; மதிப்பு ரூ10,000/-க்கு மேற்பட்டிருந்தால் ரூ200/-ம் நீதிமன்றக் கட்டணமாகச் செலுத்

துதல் வேண்டும்.

(iv) உயர்நீதிமன்றத்தில் ரூ300/- செலுத்த வேண்டும்.

40. தீர்ப்பாணை அல்லது ஆவணத்தை நீக்கஞ் செய்தலுக்கான வழக்கு (suit for cancellation of decree or document)

எந்தச் சொத்து அல்லது ஆவணத்திற்காகத் தீர்ப்பாணை வழங்கப் பட்டதோ அந்தத் தொகை அல்லது மதிப்பின் அடிப் படையில் நீதிமன்றக் கட்டணத்தைச் செலுத் துதல் வேண்டும்.

தீர்ப்பாணையின் ஒருபகுதி அல்லது மற்ற ஆவணங் களுக்காக வழக்கிடும் போது, அந்தப் பகுதித் தொகை அல்லது மதிப்பு க்கு நீதிமன்றக் கட்டணத்தைச் செலுத்துதல் வேண்டும்.

பொறுப்படைவைப் பிரிக்க முடியாத நிலையில், வழக்குச் சொத்தின் மதிப்பு அல்லது பங்கு அல்லது தீர்ப்பாணை தொகையில், இதில் எது குறைவோ அந்த அடிப் படையில் கணக்கீடு செய்து நீதிமன்றக் கட்டணத்தைச் செலுத்துதல் வேண்டும்.

நீதிமன்றங்களும் வழக்கு நடைமுறைகளும்

41(1) அசைவியல் அல்லது அசையா நிலைச்சொத்தைப் பற்றுகை செய்ய உரிமையியல் அல்லது வருவாய் நீதிமன்றம் பிறப்பித்திருக்கும் உத்தரவை நீக்கறவு செய்வதற்கான வழக்குகள்.	பற்றுகை செய்யப்பட்ட சொத்தின் தொகையின் பேரில் அல்லது பற்றுகை செய்யப்பட்ட சொத்தின் சந்தை மதிப்பில் நான்கில் ஒரு பங்கு. இதில் எது குறைவோ அது.
41(2) உரிமையியல் நீதிமன்றம் அல்லது வருவாய் நீதிமன்றம் வழங்கிய சுருக்க விசாரணை எதனையும் அல்லது கட்டளையை நீக்கறவு செய்வதற்கான வழக்கு.	சட்ட உரிமைக்குரிய பொருள் சந்தை மதிப்பீடு செய்யப்பட்டிருந்தால், சந்தை மதிப்பில் நான்கில் ஒரு பங்கு அப்படி அல்லாத வகையில் நீதிமன்றக் கட்டணச் சட்டம், பிரிவு 50-இன்கீழ் உரிய நீதிமன்றக் கட்டணத்தைச் செலுத்துதல் வேண்டும்.
42(a) விற்பனை ஒப்பந்தத்தில் குறித்தவகை பரிகாரம் கோரும் வழக்கு (suit for specific performance of a contract of sale.)	மறுபயனாக (consideration) அளிக்கப் படும் தொகையின் அடிப்படையில் நீதிமன்றக் கட்டணத்தைச் செலுத் துதல் வேண்டும்.
42(b) அடைமான ஒப்பந்த வழக்கு (suit for a contract of mortgage)	அடைமானத்தில் பெற ஒப்புக் கொண்ட தொகையின் அடிப் படையில் நீதிமன்றக் கட்டணத்தைச் செலுத் துதல் வேண்டும்.
42(c). குத்தகை ஒப்பந்த வழக்கு (suit for a contract of a lease)	மொத்த அபராதத்தொகை அல்லது குத்தகை முன் பணம் ஏதேனும் அளிக்கப்

பட்டிருந்தால் அந்தப் பணம் மற்றும் ஆண்டு ஒன்றுக்கு அளிப்பதாக ஒப்புக்கொண்ட சராசரி வாடகையைக் கணக்கிட்டு அதன் பேரில் உரிய நீதி மன்றக் கட்டணத்தைச் செலுத்த வேண்டும்.

42(d). பரிவர்த்தனைக்கான ஒப்பந்தம் தொடர்புடைய வழக்கு (suit for a contract of exchange)	மறுபயனாக அளிக்கப் படும் தொகையின் பேரில் கணக்கீடு செய்து நீதி மன்றக் கட்டணத்தைச் செலுத்த வேண்டும். அல்லது பரிவர்த்தனை செய்யக்கோரும் சொத்தின் சந்தை மதிப்பைக் கணக் கிட்டு அதன்படி நீதி மன்றக் கட்டணத்தைச் செலுத்த வேண்டும்.
42(e). பிரிவுகள் 42(a) முதல் 42(d)க்கு உட்படாத வழக்குகள்	சந்தை மதிப்பீடு செய்யப் பட்டிருக்குமிடத்து அமல் படுத்த வேண்டிய உறுதி யளித்திட்ட மறுபயனின் (consideration) பேரில் தொகையைக் கணக்கிட்டு செலுத்த வேண்டும். சந்தை மதிப்பீடு (Market Value) செய்யப்படாதவிடத்து நீதிமன்றக் கட்டணச் சட்டம், பிரிவு 50இல் குறிப்பிட்டுள்ள பாங்கில் நீதிமன்றக் கட்டணத்தைச் செலுத்த வேண்டும்.
43(1)(b). சொத்துரிமையாளரால்	வழக்கு தொடர்புடைய

வாடகையை உயர்த்திட தாக்கல் செய்யப்படும் வழக்கு.	அசையாநிலைச் சொத்தின் பொருட்டு வழக்கு தாக்கல் செய்யப்படும் தேதியிலிருந்து உடன் முன்னதாகவுள்ள ஓராண் டுக்குச் செலுத்தப்படும் வாடகைத் தொகையினைக் கணக்கிட்டு அதன்படி நீதிமன்றக் கட்டணத்தைச் செலுத்த வேண்டும்.
43 (1)(d). அசையாநிலைச் சொத்தி லிருந்து வாடகைதாரர், சொத்துரிமை யாளரால் சட்ட முரணாக வெளியேற்றப் பட்டிருக்குமிடத்து சொத்தை மீட்பதற்கான வழக்கு.	வழக்குத் தொடர்புடைய அசையாநிலைச் சொத்தின் பொருட்டு வழக்கு தாக்கல் செய்யப்படும் தேதியிலிருந்து உடன்முன்னதாகவுள்ள ஓராண்டுக்குச் செலுத்தப் படும் வாடகைத் தொகை யினைக் கணக்கிட்டு அதன்படி நீதிமன்றக் கட்டண த்தைச் செலுத்தவேண்டும்.
43(1)(e). நிலைநிறுத்துதல் அல்லது குடியிருக்கை உரிமையை இல்லாநிலைய தாக்குதலுக்கான வழக்கு	வழக்குத் தொடர்புடைய அசையாநிலைச் சொத்தின் பொருட்டு வழக்கு தாக்கல் செய்யப்பட்ட தேதியி லிருந்து உடன் முன்னதாக வுள்ள ஓராண்டுக்குச் செலுத்தப்படும் வாடகைத் தொகையினைக் கணக்கிட்டு அதன்படி நீதிமன்றக் கட்டணத்தைச் செலுத்த வேண்டும்.
43(2). வாடகைக்கு இருப்பவரை வெளியேற்றுவதற்கான வழக்குகள் (suit for ejectment of a tenant)	வாடகை முன்பணம் எதுவும் செலுத்தப்பட்டி ருந்தால் அதனையும், வழக்கு தாக்கல் செய்யப்

	படும் தேதியிலிருந்து உடன்முன்னுள்ள ஓராண்டுக்குச் செலுத்தப்பட வேண்டிய வாடகையையும் கணக்கிட்டு, உரிய நீதிமன்றக் கட்டணத்தைச் செலுத்த வேண்டும்.
44(1). இடைக்கால வருமானத்திற்கான வழக்குகள் (suits for mesne profits)	கோரிய தொகை அல்லது தீர்ப்பாணைப்படியான தொகையின் அடிப்படையில் நீதிமன்றக் கட்டணஞ் செலுத்துதல் வேண்டும்.
45. தமிழ்நாடு அளவை மற்றும் எல்லைகள் சட்டம், 1923, பிரிவு 14- இன் கீழதான வழக்குகள்	எல்லை நிர்ணயஞ் செய்வதில் பாதிப்புக்குள்ளான சொத்தின் சந்தை மதிப்பில் பாதி அல்லது ரூ300/- இதில் எது அதிகமோ அது.
47. பொதுக்காரியங்கள் தொடர்பான வழக்குகள் (suits relating to public matters)	ரூ 50/-
48(1) இடைப்பாத்திய வழக்குகள் (Interpleader suits)	நீதிமன்றக் கட்டணச் சட்டத்தில் குறிப்பிட்டுள்ள விகிதத்தின் அடிப்படையில் செலுத்துதல் வேண்டும்.
50. வழக்குகளுக்கு நீதிமன்றக்கட்டணம் இவ்வளவு என்று நிர்ணயஞ் செய்யப்படாத நிலையில்	நீதிமன்றக் கட்டணத்தைக் கீழ்காணும் முறையில் செலுத்துதல் வேண்டும். (i) வருவாய் நீதிமன்றம் ரூ 15/-

	(ii) மாவட்ட உரிமையியல் (முன்சீப்) நீதிமன்றம் ரூ 30/-
	(iii) மாநகர உரிமையியல் நீதிமன்றம் அல்லது சார்பு நீதிமன்றம் அல்லது மாவட்ட நீதிமன்றத்தில் வழக்கின் மதிப்பு ரூ 5000/-க்கும் அதற்குக் குறைவாகவும் இருக்கும் நிலையில் ரூ 30/-செலுத்தவேண்டும். மதிப்பு ரூ 5000/-க்கு மேலும் ரூ 10,000/-க்கு உட்பட்டும் இருக்கும் நிலையில் ரூ 100/-செலுத்தவேண்டும். மதிப்பு ரூ 10,000/-க்கு மேற்பட்டிருக்கும் நிலையில் ரூ 200/-செலுத்தவேண்டும்.
	(iv) உயர் நீதிமன்றத்தில் ரூ 300/- செலுத்தவேண்டும்.
51. இழப்பீடு தொடர்பாக வழங்கப்பட்ட கட்டளையை எதிர்த்து மேற்கொள்ளப் படும் மேல்முறையீடு	வழங்க உத்தரவிடப்பட்ட தொகைக்கும் மேல்முறையீட்டாளர் கோரிய தொகைக்குமிடையில் வேறுபடும் தொகைக்குரிய கட்டணத்தைச் செலுத்த வேண்டும்.
52. மேல்முறையீடு	முதல் நீதிமன்றத்தில் எவ்வளவு கட்டணஞ் செலுத்தப்பட்டதோ அதே கட்டணம்.

இயல் 3

மாதிரிப் படிவங்கள் (Model Forms)
வழக்குரைக்கும் அதிகார ஆவணம்
(VAKALAT)

வாதி (plaintiff), எதிர்வாதி (Defendant), மனுதாரர் (petitioner), எதிர்மனுதாரர் (Respondant), மேல்முறையீட்டாளர் (Appellant), சீராய்வு மனுதாரர், நீதிப் பேராணை மனுதாரர் (Writ petitioner), புகார்தாரர் (complainant) மூன்றாந் தரப்பினர் (Third party) ஆகியோரின் சார்பில் முன்னிலையாகி வழக்கு நடத்தும் வழக்கறிஞர், ஒவ்வொரு வழக்கிலும் வழக்குரைக்கும் அதிகார ஆவணத்தைத் தாக்கல் செய்வது அவசியமாகும். வக்காலத் படிவம் அச்சிட்டு விற்கப்படுகிறது. குற்றவியல் வழக்குகளில், எதிர்நோக்குப் பிணை, குற்ற விசாரணை முறைச்சட்டம், பிரிவு 205 இன்கீழ் தாக்கல் செய்யப்படும் மனுக்களில் எதிரியின் சார்பில் வக்காலத்தாக்கல் செய்யப்படுவது அவசியமாகும்.

ஒரே வக்காலத்தில் வாதிகள் மனுதாரர்கள், எதிர்வாதிகள், எதிர்மனுதாரர்கள் எத்தனை பேர் இருந்தாலும் அவர்கள் அனைவரும் அதில் கையொப்பமிடலாம். ஒரு வாதிக்காக அல்லது எதிர்வாதிக்காக அல்லது மனுதாரர், எதிர்மனுதாரருக்காக எத்தனை வழக்கறிஞர்கள் வேண்டுமானாலும் ஒரே வக்காலத்தைத் தாக்கல் செய்வதன் மூலம் வழக்கு நடத்தலாம். ஆனால் அந்த வக்காலத்தில் வாதி, வாதிகள், மனுதாரர், மனுதாரர்கள், புகார்தாரர்களுக்காக முன்னிலையாகி வழக்கு நடத்தும் வழக்கறிஞர்கள் ஒவ்வொருவரின் பெயரும் குறிப்பிடப்படுவதுடன், வாக்காலத்தின் மேல் பகுதியில் Accepted (ஏற்றுக்கொள்ளப்பட்டது) என்று எழுதி அதில் ஒவ்வொரு வழக்கறிஞரும் கையொப்பத்தை இட்டிருத்தல் வேண்டும். எதிர்வாதி, எதிர்வாதிகள், எதிர்மனுதாரர், எதிர்மனுதாரர்கள், எதிர் மேல் முறையீட்டாளர் சார்பில் முன்னிலையாகி வழக்கு நடத்தும். வழக்கறிஞர்களும் இவ்வாறே ஒவ்வொருவரின் பெயரையும் குறிப்பிட்டு, Accepted என்று எழுதி அதில் கையொப்பமிடுதல் வேண்டும்.

வாதி, வாதிகள், மனுதாரர், மனுதாரர்கள், புகார்தாரர்கள் சீராய்வு மனுதாரர், மேல் முறையீட்டாளர் சார்பில் முன்னிலையாகிடும் வழக்கறிஞர் அல்லது வழக்கறிஞர்கள் அதே வழக்கில் எதிர்வாதி, எதிர்வாதிகள், எதிர்மனுதாரர், எதிர்மனுதாரர்கள், எதிர்மேல் முறையீட்டாளர், சார்பில் முன்னிலையாகி வக்காலத்தாக்கல் செய்ய முடியாது.

வழக்கொன்றில் வாதிகள், எதிர்வாதிகள் பலர் இருந்திடும் போது, ஒவ்வொரு வாதிக்கும் அல்லது ஒவ்வொரு எதிர்வாதிக்கும் ஒவ்வொரு வழக்கறிஞரும் தனித்தனியே வாக்கலத் தாக்கல் செய்யலாம். ஆனால் ஒவ்வொரு வழக்கறிஞரும் தனித்தனியே நீதி மன்ற முத்திரைவில்லை (court fee stamp) மற்றும் வழக்கறிஞர் நல நிதி முத்திரைவில்லை (Advocates welfare fund stamp) ஒட்டுதல் வேண்டும்.

வாதி, வாதிகள், மனுதாரர், மனுதாரர்கள், எதிர்வாதிகள், எதிர்மனுதாரர், எதிர்மனுதாரர்கள் தரப்பில் அல்லது வேறு ஏதேனும் வழக்குத்தரப்பினர்களில் ஒருவருக்கு வழக்கு நடத்தும் வழக்கறிஞர் அல்லது வழக்கறிஞர்களை கட்சிக்காரர் அல்லது கட்சிக்காரர்கள் (clients) மாற்றி வேறொரு வழக்கறிஞர் அல்லது வழக்கறிஞர்களை நியமித்துக்கொள்ள விரும்பினால், தனது வழக்கில் முன்னதாகக் தோன்றி வழக்கு நடத்திவரும் வழக்கறிஞரிடம் புதிய வக்காலத் ஒன்றில் I consent (நான் ஒப்புதல் தெரிவிக்கிறேன்) என்று குறிப்பிட்டு, கையொப்பத்தைப் பெற்று, புதிதாக நியமித்துக் கொள்ளப்படும் வழக்கறிஞரிடம் கொடுத்தல் வேண்டும்.

வழக்கறிஞர் ஒருவர் தமது கட்சிக்காரர் வேறொரு வழக்கறிஞரை நியமித்துக் கொள்ள ஒப்புதல் கொடுக்க மறுத்தால், அதனைக் கட்சிக்காரர் புதிதாக நியமித்திடும் வழக்கறிஞர் வக்காலத்தில் குறிப்பிட்டு நீதிமன்றத்தில் கொடுத்தல் வேண்டும்.

வழக்குத்தரப்பினர் ஒருவர் எப்போது வேண்டுமானாலும் தமது வழக்கறிஞரை மாற்றி வேறு வழக்கறிஞரை நியமித்துக்கொள்ளலாம்.

வழக்கைத் தாக்கல் செய்யும்போது, வழக்குடன் வக்காலத்தை இணைத்தே தாக்கல் செய்தல் வேண்டும். வழக்கு நாளுக்கு (Hearing Date) முன்னர் வக்காலத் தாக்கல் செய்வதாக இருந்தால்,

வக்காலத்தின் மேற்பகுதியில், கேட்பு நாளை (Hearing Date) குறிப்பிட்டு, அந்தந்த நீதிமன்றித்திற்குமுரிய அலுவலகத்தில் தலைமை எழுத்தர்/செரஸ்தாரிடம் தாக்கல் செய்தல் வேண்டும்.

முதன் முதலில் வரும் விசாரணை நாளில் வக்காலத் தாக்கல் செய்யமுடியாத நிலையில், நான் வக்காலத்தைத் தாக்கல் செய்ய பொறுப்பேற்கிறேன் (I undertake to file vakalat)என்று நீதிபதியிடம் கூறினால், அவர் அதனை வழக்கு கட்டில் பதிவு செய்துகொண்டு வக்காலத் தாக்கல் செய்ய காலக்கெடுவளிப்பார். நீதிபதி குறிப்பிடும் அத்தகைய காலக்கெடுவில் வழக்கறிஞர் வக்காலத்தைத் தாக்கல் செய்தல் வேண்டும்.

வழக்கொன்றில் முன்னதாக வழக்கறிஞர் ஒருவர் முன்னிலையாகி வழக்கு நடத்திவரும்போது, அவருடன் கூட அவரது முந்தைய வாக்காலத்தில் கையொப்பமிடாத மற்றொரு வழக்கறிஞர் அந்த வழக்கில் முந்தைய வழக்கறிஞருடன் இணைந்து வழக்கு நடத்த விரும்பினால், இரண்டு வழக்கறிஞரும் ஒன்றிணைந்து புதிதாக வக்காலத்தை அந்த வழக்கில் தாக்கல் செய்தல் வேண்டும். அந்த வக்காலத்தில் நீதிமன்ற முத்திரைவில்லை மற்றும் வழக்கறிஞர் நலநிதி முத்திரை வில்லையை ஒட்டுதல் வேண்டும்.

வக்காலத்தில் வழக்குத்தரப்பினர் எந்த ஊரிலிருந்து கையொப்பமிட்டு அனுப்புகிறாரோ, அந்த ஊர் வழக்கறிஞர் வக்காலத்தில் சான்றொப்பம் (Attestation) செய்தல் வேண்டும்.

வழக்கொன்றில், தமது கட்சிக்காரருக்காக நீதிமன்ற மொன்றில் வழக்கறிஞர் ஒருவர் வக்காலத் தாக்கல் செய்திருக்கும்போது,அந்த வழக்கு வேறொரு நீதிமன்றத்திற்கு அனுப்பிவைக்கப்பட்டால், அதில் புதிதாக அவர் வக்காலத் தாக்கல் செய்ய வேண்டியதில்லை. நான் தொடர்ந்து அந்த வழக்கில் முன்னிலையாகிறேன் (I continue to appear) என்று கூறினால் போதுமானதாகும் அல்லது I am already on record என்றும் கூறலாம்.

வழக்கின் தொடக்க நிலையிலிருந்து நிறைவேற்ற நடவடிக்கை வரையில் தொடர்ந்து வழக்கறிஞர் ஒருவர் வழக்கை நடத்திவரும்போது, அவர் நிறைவேற்ற நடவடிக்கையில் (Execution proceedings)

நீதிமன்றங்களும் வழக்கு நடைமுறைகளும் 72

வக்காலத் தாக்கல் செய்யவேண்டிய அவசியமில்லை. I am already on record என்று கூறினால் போதுமானதாகும்.

வழக்குத்தரப்பினர் வழக்கறிஞரைச் சந்தித்து வழக்கை நடத்த அக்கறை இல்லாதபோது, வழக்கறிஞர், வழக்குத்தரப்பினரை அழைக்க (party may be called) என்று கூறிவிட்டு, வழக்குத் தரப்பினரை நீதிமன்றம் அழைத்து அவர் வராதநிலையில், வழக்கறிஞர் தாம் தாக்கல் செய்த வக்காலத்தில், வழக்குத் தரப்பினரிடமிருந்து தகவல் எதுவுமில்லை என்று நான் அறிவிப்பு செய்கிறேன் (I report no instruction) என்று குறிப்பிட்டுக் கையொப்பமிடுதல் வேண்டும்.

பொது அறிவிப்பு
(PUBLIC NOTICE)

பொது அறிவிப்பு என்பது, உரிமையியல் நீதிமன்றங்களில் மனுக்கள் (petitions) தாக்கல் செய்யப்படும்போது எதிர்மனுதாரர்களுக்கு, மனு தாக்கல் செய்யப்பட்டிருப்பதன் விவரத்தைத் தெரிவிப்பதற்காகத் தாக்கல் செய்யப்படும் ஒன்றாகும். இந்த வகைப் படிவங்கள் அச்சிட்டு விற்கப்படுகின்றன.

எதிர் மனுதாரர்கள் (Respondent) ஒவ்வொருவருக்கும் பொது அறிவிப்பின் இரண்டு படிவங்களைப் பூர்த்தி செய்து தாக்கல் செய்தல் வேண்டும். இரண்டு படிவங்களில் ஒரு படிவத்தில் மனுதாரர் எதிர் மனுதாரர் பெயர், அவர்களது தந்தையார் பெயர் மற்றும் முழு முகவரிகளையும், மனுதாரர் என்ன பரிகாரம் வேண்டி மனுச் செய்திருக்கிறார் என்பதையும் குறிப்பிடுதல் வேண்டும். மற்றொரு படிவத்தில் மனுதாரர், எதிர் மனுதாரரின் பெயரும், மனுதாரர் கோரும் பரிகாரத்தை மட்டும் குறிப்பிட்டால் போதுமானதாகும்.

எதிர் மனுதாரர்கள் ஒரே வீடு, உறைவிடம் அல்லது தெருவிலிருக்கும்போது, மனுதாரர், எதிர்மனுதாரர்களின் முகவரி மற்றும் மனுதாரர் கோரும் பரிகாரம் ஆகியவற்றை ஒரு படிவத்தில் குறிப்பிட்டு விட்டு, மற்றைய ஒவ்வொரு படிவத்திலும் மனுதாரர் பெயரையும், ஒவ்வொரு படிவத்திலும் ஒவ்வொரு எதிர்மனுதாரரின் பெயரையும் குறிப்பிடுதல் வேண்டும்.

வழக்கொன்றில் வழக்கிடை மனுக்கள் (I.A) எத்தனைக்கு அறிவிப்புச் சார்வு செய்ய வேண்டும் என்று நீதிமன்றக் கட்டணத்தை முத்திரைவில்லை வடிவில் செலுத்த வேண்டும்.

பொது அறிவிப்பை அவசரத்தன்மையுடனோ, சாதாரண நிலையிலோ சார்வுசெய்யலாம். இரண்டு நிலையிலும் கட்டணம் வேறுபடும்.

பொது அறிவிப்பு என்பது வழக்குரையுடன் (plaint) தாக்கல் செய்யப்படும் வழக்கிடை மனு (I.A), தனியே தாக்கல் செய்யப்படும் மனு, (petition) நிறைவேற்ற மனு (Execution petition) ஆகிய அனைத்திற்கும் ஒரே மாதிரிப் படிவமாகவே இருக்கும்.

பொது அறிவிப்பு, எதிர்மனுதாரருக்குச் சார்வாகாத நிலையில் நீதி மன்றத்தின் மூலமாகவும் அஞ்சல் மூலமாகவும் சார்வு செய்திட கட்டளையிடுமாறு நீதிபதியை வேண்டி, கட்டளையைப் பெறலாம்.

பொது அறிவிப்பை நீதிமன்றத்தின் மூலமாகவும் அஞ்சல் மூலமாகவும் அனுப்புவதற்கு, பொது அறிவிப்புப் படிவத்தில் ஒவ்வொரு எதிர்மனுதாரருக்கும் நான்கு படிவங்களைப் பூர்த்தி செய்து, படிக்குறிப்பு (Batta Memo) பதிவு அஞ்சல் உறையுடன் நீதி மன்ற நாசர் அலுவலகத்தில் அல்லது தலைமை எழுத்தரிடம் கொடுத்தல் வேண்டும்.

பொது அறிவிப்பை நீதிமன்றத்தில் உரிய காலத்தில் தாக்கல் செய்யவில்லையேல் காலதாமதத்தை மன்னித்து படியை(Batta)யும் பொதுஅறிவிப்பையும் ஏற்றுக்கொண்டிடும் வகையில், உ.வி.மு.ச. பிரிவு 151 இன்கீழ் மனுவையும் உண்மை உறுதிமொழி ஆவணத்தையும் (Affidavit) தாக்கல் செய்தல் வேண்டும். இந்த வகையான உண்மை உறுதிமொழி ஆவணத்தை(Affidavit) ஒரு பதிவு பெற்ற வழக்கறிஞர் எழுத்தர் (Advocate's clerk) மூலம் தாக்கல் செய்தால் போதுமானதாகும். மனுவில் நீதிமன்ற முத்திரைக் கட்டண வில்லை ஒட்டப்படுதல் வேண்டும். அபிடவிட்டில் நீதிமன்றக் கட்டண முத்திரைவில்லை ஒட்டப்படுதல் கூடாது. நீதிமன்றத்தில் தாக்கல் செய்யப்படும் எந்த அபிடவிட்டாக இருந்தாலும் நீதிமன்றக் கட்டண முத்திரைவில்லை ஒட்டப்படுதல் கூடாது.

நீதிமன்றங்களும் வழக்கு நடைமுறைகளும்

வழக்கு நடந்து கொண்டிருக்கும்போது, வாதிக்கோ அல்லது எதிர்வாதிக்கோ மனுதாரருக்கோ அல்லது எதிர்மனுதாரருக்கோ அவரது வழக்கறிஞருடன் தொடர்பு இல்லாதபோது, அல்லது வழக்குத்தரப்பினரின் வழக்கறிஞர், மற்றொரு வழக்குத் தரப்பினரின் வழக்கறிஞரால் கொடுக்கப்படும் அறிவிப்பை (Notice) ஏற்க மறுக்கும் போது, அல்லது வழக்குத்தரப்பினருக்கு நீதிமன்றத்தின் மூலம் நேரிடையாக அறிவிப்பை அனுப்பிட தெரிவித்திடும்போது, மனுவைத் தாக்கல் செய்கின்ற வழக்குத் தரப்பினர், மனுவின் நகல், அபிடவிட்டின் நகல், பொது அறிவிப்புப் படிவங்கள், படிக்குறிப்பு ஆகியவற்றை நீதிமன்றத்தில் தாக்கல் செய்தல் வேண்டும். படிக்குறிப்பில் நீதிமன்றக் கட்டண முத்திரைவில்லை ஒட்டப்படுதல் வேண்டும். இதிலும் நீதிமன்றம் பதிவு அஞ்சல் உறையை வைக்க வேண்டுமென்று வலியுறுத்தினால், அப்போது பதிவு அஞ்சல் உறையைத் தாக்கல் செய்வது அவசியமாகும்.

படிக்குறிப்பில் (Batta Memo) சரியான முத்திரைவில்லை ஒட்டப்பட்டுள்ளதா, பொது அறிவிப்புப் படிவங்கள், அழைப்பாணைப் படிவங்கள் சரியாக உள்ளதா என்பதனை நாசர் அலுவலகத்தில் கேட்டுத் தெளிவுபடுத்திக் கொள்ளவேண்டும்.

மாவட்ட உரிமையியல் நீதிமன்றம் (District Munsif court) மட்டும் இருக்கும் இடத்திற்கு, அல்லது மாவட்ட உரிமையியல் மற்றும் நீதித்துறை நடுவர் நீதிமன்றம் (District Minsif cum Magistrate) மட்டும் இருக்குமிடத்திற்கு ஒரு நாசர் அலுவலகம் இருக்கும்.

மாவட்ட நீதிமன்றத்திலிருந்து மாவட்ட உரிமையியல் நீதிமன்றம் (District Munsif court) வரையில் நீதிமன்றங்கள் அனைத்தும் ஒரே இடத்தில் இருக்கும்போது, அந்த நீதிமன்றங்கள் அனைத்திற்கும் பொதுவாக ஒரே ஒரு நாசர் அலுவலகம் மட்டுமே இருக்கும்.

படிக்குறிப்பு
(Batta Memo)

படிக்குறிப்பு (Batta Memo)ப் படிவம் உரிமையியல் நீதிமன்றத்தில் தாக்கல் செய்வதற்கென்றே தனியே உள்ளது. இந்தப் படிக்குறிப்பைக் குற்றவியல் வழக்குகளில் தாக்கல் செய்யமுடியாது.

அதற்கு வேறு வடிவில் எழுதியோ அல்லது தட்டச்சு செய்தோ தான் தாக்கல் செய்ய முடியும். உரிமையியல் நீதிமன்றத்தில் தாக்கல் செய்யப்படும் படிவம் அச்சிட்டு விற்பனை செய்யப்படுகிறது.

அழைப்பாணை அல்லது பொது அறிவிப்பை யார் பெயருக்கு அனுப்பவேண்டுமோ அவரது பெயர், முழு முகவரி, படித்தொகையைக் குறிப்பிடுதல் வேண்டும்.

அழைப்பாணை அல்லது பொது அறிவிப்பை அனுப்புதல் நீதிமன்றத்தின் மூலமாகவா அல்லது நீதிமன்றம் மற்றும் அஞ்சல் மூலமாகவா அல்லது கையளிப்பு (Hand over summon) மூலமாகவா என்பதனைப் படிக்குறிப்புப் படிவத்தில் குறிப்பிடுதல் வேண்டும்.

படிக்குறிப்பில் ஒவ்வொரு நபருக்கும் உரிய படித்தொகையைக் குறிப்பிடுதல் வேண்டும். எதிர்தரப்பினர் அனைவரும் ஒரே வீடு அல்லது ஒரே உறைவிடம் அல்லது ஒரே தெருவில் வசித்தால், முதல் நபரைத் தவிர மற்ற நபர்களுக்குப் பாதி அளவு படித்தொகை செலுத்தினால் போதுமானதாகும்.

வாதி அல்லது எதிர்வாதி தரப்பில் சாட்சியமளித்திட இதே படிக்குறிப்பை பூர்த்தி செய்து தாக்கல் செய்தல் வேண்டும். சாட்சிக்கான அழைப்பாணையை நீதிமன்றமே தயாரித்து அனுப்பும். சாட்சி ஒருவர் நீதிமன்றத்திலிருந்து அழைப்பாணை பெற்றும் வராதபோது நீதிமன்றம் அவருக்குப் பிடிகட்டளை பிறப்பிக்கும்.

நீதி மன்றத்திற்குச் சாட்சியாக வரவழைக்கப்பட்டவருக்கு, அவரைச் சாட்சியாக வரவழைத்த தரப்பினர் உரிய படித்தொகையை வழங்குதல் வேண்டும்.

எதிர்தரப்பினருக்கு அழைப்பாணை அல்லது பொது அறிவிப்பைச் சார்வு செய்திட முடியாதபோது, அழைப்பாணை அல்லது பொது அறிவிப்பை வீட்டின் கதவில் அல்லது ஊர் பொதுவிடத்தில் ஒட்டிச் சார்வு செய்யவும் மற்றும் செய்தித்தாள் மூலமும் சார்வு செய்திடவும் நீதிமன்றத்தில் கட்டளையைப் பெறுதல் வேண்டும்.

தற்காலிக உறுத்துக்கட்டளைக்கு நீதிமன்றம் உத்தரவிட்டி ருக்கும்போது படித்தொகையை இருமடங்காகச் செலுத்துதல் வேண்டும்.

சாட்சியை வரவழைக்க படிக்குறிப்பு தாக்கல் செய்யும்போது, சாட்சி அலுவல் (official) சார்ந்த சாட்சியாக இருந்தால் என்னென்ன ஆவணங்களுடன் முன்னிலையாக வேண்டும் என்பதைப் படிக்குறிப்பில் குறிப்பிடுதல் வேண்டும்.

எதிர்வாதிக்கு அழைப்பாணை
(Summon)

வழக்குரை (plaint) தாக்கல் செய்திடும்போது அதனுடன் எதிர்வாதிக்கு (Defendant) அழைப்பாணை (Summon) அனுப்பிடும் வகையில், அழைப்பாணைப் படிவங்களைப் பூர்த்தி செய்து இணைத்தல் வேண்டும். வழக்கொன்றில் எத்தனை எதிர்வாதிகள் உள்ளார்களோ அத்தனை எதிர்வாதிகளுக்கும் அழைப்பாணைப் படிவங்களை நபர் ஒருவருக்கு இரண்டு படிகள் வீதம் தாக்கல் செய்தல் வேண்டும். ஒரே உறைவிடம், ஒரே தெருவில் எதிர்வாதிகள் அனைவரும் இருந்தால், ஒரு அழைப்பாணை படிவத்தில் அனைத்து வாதிகள், எதிர்வாதிகளின் பெயர், தந்தை பெயர் மற்றும் முழுமுகவரியைக் குறிப்பிட்டு மற்றபடிவங்களில் வாதி, வாதிகள் மற்றும் ஒவ்வொரு எதிர்வாதியின் பெயரை மட்டும் குறிப்பிடுதல் வேண்டும்.

நீதிமன்றத்தின் மூலம் முதன்முதலில் அனுப்பப்பட்ட அழைப்பாணை எதிர்வாதிக்குச் சார்வாகாத நிலையில் எதிர்வாதிக்கும் நீதிமன்றம் மற்றும் அஞ்சல் (Court and Post) மூலமாக அழைப்பாணை அனுப்பிட நீதிமன்றத்தை வேண்டிக்கொள்ளலாம். நீதிமன்றம் அதற்கு கட்டளையிட்டதும், படிக்குறிப்பை (Batta Memo) பூர்த்தி செய்து, அழைப்பாணைப் படிவங்களில் நபர் ஒருவருக்கு நான்கு படிவங்களைப் பூர்த்தி செய்து, பதிவு அஞ்சல் உறையுடன் தலைமை எழுத்தர், அல்லது நாசர் அலுவலகத்தில் கொடுத்தல் வேண்டும்.

படிக்குறிப்பு, அழைப்பாணைப் படிவங்கள் தாக்கல் செய்வதில் கால தாமதம் ஏற்பட்டால், காலதாமத மன்னிப்பு மனு, உண்மை உறுதிமொழி ஆவணத்துடன், அவைகளை நீதிமன்றத்தில் தாக்கல் செய்தல் வேண்டும்.

அழைப்பாணை அல்லது பொது அறிவிப்பை நீதிமன்ற ஊழியர்கள் மூலமாகவோ அல்லது பதிவு அஞ்சல் மூலமாகவோ சார்வு செய்ய முடியாதபோது, செய்தித்தாளில் விளம்பரஞ் செய்தும் மற்றும் பொதுவிடத்தில் ஒட்டியும் சார்வு செய்யலாம். அதற்கு நீதிமன்றம் கட்டளையிடுதல் வேண்டும்.

அவசரத்தன்மை மனு
(EMERGENT PETITION)

உரிமையியல் வழக்குகளில் (civil cases) எத்தன்மையதான வழக்காக இருந்தாலும் மனுவாக இருந்தாலும் அதனை அவசரத்தன்மையுடன் தாக்கல் செய்யலாம். அவ்வாறு வழக்கு அல்லது மனுவை அவசரத்தன்மையுடன் தாக்கல் செய்வதற்கு அவசரத்தன்மை மனு மற்றும் உண்மை உறுதிமொழி ஆவணத்தை (Emergent petition) தாக்கல் செய்வது அவசியமாகும். வழக்கு அல்லது மனு அவசரத்தன்மையுடன் தாக்கல் செய்யப்படும்போது, அது சரியான முறையிலிருக்கும் நிலையில் அன்றைய தினமே எண் கொடுக்கப்பட்டு, கோப்பில் எடுத்துக் கொள்ளப்படும்.

அவசரத்தன்மை மனுவுடன் இணைத்துத் தாக்கல் செய்யப்படும் உண்மை உறுதிமொழி ஆவணத்தில் (Affidavit) வாதி/மனுதாரரின் கையொப்பத்தைப் பெற்று, வழக்கறிஞர் ஒருவரிடமிருந்து சான்றொப்பம் (Attestation) பெறுதல் வேண்டும். வழக்கை நடத்தும் வழக்கறிஞரே தமது கட்சிக்காரரின் கையொப்பத்தை உறுதிசெய்வதாகச் சான்றொப்பம் இடுதல்கூடாது.

உண்மை உறுதிமொழி ஆவணத்தில் (Affidavit) நீதிமன்றக்கட்டளை முத்திரைவில்லையை ஒட்டுதல் கூடாது. அவசரத்தன்மை மனுவில் மட்டுமே நீதிமன்றக்கட்டளை முத்திரை வில்லையை ஒட்டுதல் வேண்டும்.

அவசரத்தன்மை மனு மற்றும் அதனுடன் தாக்கல் செய்யப்படும் உண்மை உறுதிமொழி ஆவணத்தின் நகல் எதையும் எதிர்வாதி மற்றும் எதிர் மனுதாரருக்கு அளிக்க வேண்டியதில்லை. அது குறித்து எதிர்வாதி எதிர்மனுதாரருக்கு அறிவிப்பும் கொடுக்க வேண்டியதில்லை.

நகல் விண்ணப்பம்
(COPY APPLICATION)

உரிமையியல் நீதிமன்றத்தில் பயன்படுத்தும் இந்த நகல் விண்ணப்பப் படிவத்தைக் குற்றவியல் நீதிமன்றத்தில் பயன்படுத்த முடியாது. ஆனால் அமர்வு நீதிமன்றத்தில் (Sessions court) பயன்படுத்தலாம்.

மாவட்ட உரிமையியல் நீதிமன்றம் (District Munsif's court), அல்லது மாவட்ட உரிமையியல் மற்றும் நீதித்துறை நடுவர் நீதிமன்றம் மட்டும் இருக்குமிடத்தில் நகல் விண்ணப்பத்தை தலைமை எழுத்தரிடம் தாக்கல் செய்தல் வேண்டும்.

மாவட்ட நீதிமன்றம், மாவட்ட அமர்வு நீதிமன்றம், சார்பு நீதிமன்றம், மாவட்ட உரிமையியல் நீதிமன்றம் அனைத்தும் ஒரே இடத்தில் இருக்கும்போது, நகல் விண்ணப்ப மனுவை மாவட்ட நீதிமன்றம் அலுவலகத்தோடு இணைந்திருக்கும் நகல் பிரிவில், நகல் கண்காணிப்பாளரிடம் (copy superintendent) அளித்தல் வேண்டும்.

நகல் விண்ணப்பமும் அதில் கோரும் ஆவணங்களும் சரியாக இருக்கும் நிலையில், நகல் முத்திரைத் தாள்கள் கோரப்படும். அவைகளை விண்ணப்பதாரர் அளித்தல் வேண்டும்.

நீதி மன்றத்தில் தீர்ப்பு பகரப்பட்டவுடன் நகல் விண்ணப்பத்தை உடனடியாகத் தாக்கல் செய்வது அவசியமாகும். அவ்வாறு உடனடியாகத் தாக்கல் செய்வதன் மூலம் மேல்முறையீட்டைக் காலதாமதம் இல்லாமல் தாக்கல் செய்யலாம்.

கீழமை நீதிமன்றங்களில் (Lower courts) நீண்ட நாட்களுக்கு முன்னர் பகரப்பட்ட தீர்ப்பின் நகலை, அந்த வழக்குக் கட்டு மாவட்ட நீதிமன்றத்திற்கு அனுப்பிவைக்கப்பட்டிருக்கும்போது, மாவட்ட நீதிமன்றத்தில் பெறலாம்.

மாவட்ட நீதிமன்றத்தில் நகல் முத்திரைத் தாள்கள் (copy stamp papers) மூலமாகவோ அல்லது செராக்ஸ் நகல் மூலமாகவோ நகலைப் பெறலாம்.

வழக்கில் முன்னதாக வக்காலத் இல்லாத போது நகல் விண்ணப்பத்துடன் புதிதாக வக்காலத்தை இணைத்துத் தாக்கல் செய்தல் வேண்டும்.

சட்டப்படியான அறிவிப்புகள்
(Legal Notice)

நபர் ஒருவரை ஒன்றைச் செய்யவோ செய்யாதிருக்கவோ நபர் ஒருவரால் அனுப்பப்படும் அறிவிப்பு; அல்லது நபர் ஒருவர் சில செயல்களைச் செய்தால் பின் விளைவுகளைச் சந்திக்க நேரிடும் என்று தரப்படும் தகவல் அறிவிப்பு எனப்படும். அறிவிப்பு என்பது ஓர் அறிவிக்கை (announcement), ஒரு தகவல் (intimation) ஆகும்; சில சந்தர்ப்பங்களில் அது ஒரு எச்சரிக்கையுமாகும்.

அறிவிப்பு கொடுப்பதன் நோக்கம், மறு தரப்பினர் தனது முந்தைய நிலையை மறு ஆய்வு செய்வதற்கு அல்லது முந்தைய நடவடிக்கையைத் திருத்திக் கொள்வதற்காக அளிக்கப்படும் வாய்ப்பாகும்.

சில வேளைகளில், முடிந்தால், கோரும் உரிமை சமரச அடிப்படையில் முடிந்திடுவதற்கு, அறிவிப்பு என்பது ஒரு முன்னெச்சரிக்கையாகக் கூட அமைகிறது. 'அறிவிப்பு' (Notice) என்ற சொல் நன்கு அறியப்பட்ட ஒரு சொல்லாக இருந்திட்ட போதிலும் அதற்கான வரையறைகளைக் காண்பது மிகவும் கடுமையானதாகவுள்ளது.

அறிவிப்பு ஒன்றை அனுப்பும் தரப்பினர் அல்லது அவரது முகவர் அல்லது அவரது வழக்கறிஞர் அனுப்பலாம்.

'அறிவிப்பு' (Notice) என்பது, பொதுவாக எழுதப்பட்ட அறிவிப்பையே குறிக்கும்.

சில வழக்குகளில், அறிவிப்புகள் கொடுக்கப்படுவது கட்டாயப்படுத்தப்பட்டுள்ளது. வேறு சில வழக்குகளில் அறிவிப்புகள் கொடுக்கப்படுவது கடப்பாடாகக் (obligatory) கொள்ளப்பட்டுள்ளது.

சட்டத்தில் வலியுறுத்தப்பட்டுள்ள அறிவிப்ப கொடுக்கத் தவறியிருக்கும்போது வழக்குத் தள்ளுபடியாகிவிடும். (AIR 1969 SC page 1256; AIR 1968 pat 188)

அறிவிப்புக்குத் தேவையானவை
(Requirements of Notice)

அறிவிப்பு பின்வரும் தேவைப்பாடுகளை முன் மாதிரிகளாக கொள்ளுதல் வேண்டும்.

1. அறிவிப்பு எந்தச் சட்ட வகையங்களின் கீழ் விடுக்கப்படுகிறது என்பதனைக் குறிப்பிடுதல் வேண்டும்; அல்லது ஒப்பந்தம் அல்லது உடன்பாடுகளின் வகையங்கள் ஏதேனுமிருந்தால் அதனைக் குறிப்பிடுதல் வேண்டும்.

2. அறிவிப்பு சட்டப்படி தகுதியையுடைய நபரால் (Person legally competent) விடுக்கப்பட வேண்டும். (S.N. Dutt Vs. Union of India, AIR 1961)

3. அறிவிப்பை உரிய நபருக்கு அல்லது தகுந்த அதிகாரநிலையில் உள்ளவருக்கு முகவரியிட்டு அனுப்புதல் வேண்டும். (State of Bombay Vs. DR. N.T. Advani, AIR 1963 Bom. 13)

4. நபரின் பெயர், முகவரி, மற்றும் அவரைப்பற்றிய விவரங்களை அறிவிப்பில் தெளிவாகக் குறிப்பிடுதல் வேண்டும்.

5. அறிவிப்பு, சங்கதிகளின் (facts) சுருக்கத்தையும் வழக்கு மூலத்தையும் கோரும் பரிகாரத்தை (claim)யுங் கொண்டிருக்கும். (AIR 1961 MP 339).

6. இருதரப்பினர்களுக்கிடையில் சட்ட ஒப்பந்தம் இருந்திடும்போது, அது எழுத்தில் விடுக்கப்படவும், எழுத்தில் கொடுக்கப்படவும் வேண்டும்.

7. விளக்கங்கேட்டு அனுப்பப்படும் அறிவிப்பில், நேரம், இடம், எவ்வளவு காலத்திற்குள் விளக்கத்தை அறிவிக்க வேண்டும் என்ற விவரத்தைக் குறிப்பிடுதல் வேண்டும். (AIR 1988 Pat 258)

அறிவிப்புகள் பொருளடக்கம் (Contents of Notice)

அறிவிப்புகளுக்கென தனிப்பட்ட முறையில் படிவங்கள் கிடையாது. வழக்கின் சங்கதிகளுக்கும் சூழ்நிலைகளுக்குமேற்ப அறிவிப்பைக் கொடுத்தல் வேண்டும். அறிவிப்பொன்று பின்வருவனவற்றைக் கொண்டிருத்தல் வேண்டும்.

1. அறிவிப்பின் தேதி; 2. எந்த நபர் அறிவிப்பு கொடுக்கிறாரோ அவரது பெயர், முகவரி; 3. அறிவிப்பைப் பெற உரிமையுள்ள நபரின் பெயர், முகவரி; 4. கோரும் உரிமையின் சங்கதி சுருக்கம்; 5. வழக்கு மூலம்; 6. கோரும் பரிகாரம்.

எந்த நபர் அறிவிப்பு கொடுக்கிறாரோ அவர் அறிவிப்பின் அடியில் கையொப்பமிடுதல் வேண்டும்.

வழக்கறிஞர் ஒருவர் கையொப்பம் பெற்ற அறிவிப்பைத் தனது அலுவலகத்தில் வைத்துக் கொண்டு, கையொப்பமிடாத அலுவலக நகலை (office copy) தவறுதலாக அனுப்பியிருக்கும்போது, அது குறைபாடுடைய அறிவிப்பாகாது. அது ஒரு தவறுகை அல்லது கவனக் குறைவின்பாற்பட்டதாகும். (AIR 1949 Mad 747; AIR 1962 pat. 303)

அறிவிப்பை சார்வுசெய்தல்

அறிவிப்பைச் சார்வு செய்வதில் மிகவும் சிறந்த முறை எதுவென்றால், அறிவிப்பை யாருக்குச் சார்வு செய்ய வேண்டுமோ அவரிடம் நேரிடையாக அளிப்பதேயாகும். இதற்கு அடுத்த வகையில் மிகவும் சிறந்த முறை, அறிவிப்பை பதிவு அஞ்சலில் ஏற்புகை அட்டையுடன் அனுப்புவதாகும்.

அறிவிப்பை வயது வந்த (Major) குடும்ப உறுப்பினர்களில் யாரிடம் வேண்டுமானாலும் சார்வு செய்யலாம். அறிவிப்பை சார்வு செய்ய வேண்டிய நபரின் குடியிருப்பில் கதவில் ஒட்டலாம். இந்த வகையில் அறிவிப்புகளைச் சார்வு செய்தல் என்பது சார்வு செய்தலை மெய்ப்பிக்க எப்போதும் பாதுகாப்பு அளிப்பதாக இராது.

அறிவிப்பைப் பதிவு அஞ்சலில்தான் அனுப்ப வேண்டும் என்று சட்டம் வற்புறுத்தவில்லை. அறிவிப்பை ஒப்புகை அட்டையுடன் கூடிய பதிவு அஞ்சலிலோ அல்லது கூரியர் மூலமோ அனுப்புவது நல்லதாகும்.

குறிப்பு
(Notice)

1. அறிவிப்பு கொடுப்பதற்கு முன் அண்மைக் கால சட்ட நிலைகளைப் பார்த்தல் வேண்டும்.

2. அறிவிப்பு, வழக்கின் அடிப்படை என்பதை நினைவில் கொள்ளுதல் வேண்டும்.

3. அறிவிப்பில் நான்கு நகல் தயார்செய்து, ஒரு நகலை எதிர்தரப்பினருக்கு அனுப்புதல் வேண்டும். ஒரு நகலை கட்சிக்காரரிடம் அளித்தல் வேண்டும். இன்னொரு நகலை வழக்கறிஞரின் அலுவலகக் கோப்பில் வைத்துக்கொள்ளுதல் வேண்டும்; மற்றொரு நகல் அல்லது கூடுதல் நகலை நீதிமன்றத்தில் தாக்கல் செய்தல் வேண்டும்.

4. அலுவலக நகலில் கட்சிக்காரரின் கையொப்பத்தைப் பெறுவது நல்ல பாதுகாப்பானதாகும்.

5. அறிவிப்புகளை அனுப்புவது பற்றிய விவரங்களைக் கொண்டிருக்கும் பதிவேட்டை ஆண்டுதோறும் ஏற்படுத்திக் கொள்ளுதல் வேண்டும். அந்தப் பதிவேட்டில், பின்வரும் பாங்கில் நிரல்கள் அமைதல் வேண்டும். 1. அறிவிப்பு அனுப்பப்பட்ட நாள்; 2. அறிவிப்பு அனுப்பப்பட்ட தரப்பினர்கள்; 3. ஏற்புகை (Acknowlegement) பெறப்பட்ட நாள்; 4. பதிலறிவிப்பு ஏதுமிருப்பின் அந்த நாள்.

கடனுறுதிச் சீட்டின்படி அளிக்கவேண்டிய கடன் தொகையைக் கடனாளி அளித்திட வேண்டி அறிவிப்பு செய்தல்
(Notice Requesting the debtor to pay the amount due on a promissory note)

பதிவு அஞ்சல் ஒப்புகை அட்டையுடன் கூடியது

இடம்: தஞ்சாவூர்
நாள்: 4.8.99

அனுப்புநர்,
புலமை வேங்கடாசலம்,
எம்.ஏ.பி.எல்
வழக்கறிஞர்
23/15, பூக்கார இரண்டாந்தெரு
தஞ்சாவூர் - 613 001.

பெறுநர்,
இராசராசசோழன்
த/பெ. சுந்தரசோழன்
தண்ணீர்த்தொட்டி தெரு
புள்ளவராயன் குடிக்காடு (அஞ்சல்)
மன்னார்குடி வட்டம்
திருவாரூர் மாவட்டம்.

அன்பரீர்,

எனது கட்சிக்காரர் திருவாளர் மனுநீதிச் சோழன், த/பெ. சிபிச்சோழன், கமலாலயம் மேல்கரை, திருவாரூர், திருவாரூர் மாவட்டம் அவர்களின் தகவலின் பேரில் நான் விடுக்கும் அறிவிப்பு பின்வருமாறு:

1. தாங்கள் தங்களது குடும்பச் செலவுகளின் பொருட்டு எனது கட்சிக்காரரிடமிருந்து 10.8.97 ஆம் நாளில் ரூ.5000/- (ஐந்தாயிரம் மட்டும்) கடனாகப் பெற்றீர்கள். அதே நாளில் கடனுறுதிச்சீட்டு ஒன்றும் எழுதிக்கொடுத்தீர்கள். மேலே கூறப்பட்ட தொகைகளை வேண்டும்போது, ஆண்டொன்றுக்கு 12% வட்டி வீதம் திரும்ப அளிப்பதாக உறுதியளித்தீர்கள்.

2. எனது கட்சிக்காரருக்கு மேற்சொல்லப்பட்ட தொகை ரூ 5000/-ஐ வட்டியுடன் திரும்ப அளித்திட வேண்டும். தங்களிடம் பல தேதிகளில் கேட்டதாகக் கூறுகிறார். எனினும் தாங்கள் எனது

கட்சிக்காரர் கோரியபடி அசலையோ வட்டியையோ திரும்பச் செலுத்தினீர்களில்லை.

ஆகையால், இந்த அறிவிப்பு கிடைக்கப்பெற்ற ஒருவாரக் காலத்திற்குள், மேற்சொல்லப்பட்ட ரூ.5000/- (ஐந்தாயிரம் ரூபாய் மட்டும்)ஐ, ஆண்டொன்றிற்கு 12% வட்டி வீதம் செலுத்திட வேண்டியது. இந்த வேண்டுதலை தாங்கள் நிறைவேற்ற தவறுவீர்களேயாயின், மேற்சொல்லப்பட்ட தொகையைச் செலவுத்தொகையுடன் வசூலித்திட தகுந்த வகையில் சட்டப்படியான நடவடிக்கை எடுக்கப்படுமென இந்த அறிவிப்பு மூலம் தெரிவித்துக் கொள்ளப்படுகிறது.

வழக்கறிஞர்

குறைபாடுள்ள கடனுறுதிச்சீட்டு அல்லது கை மடலின்மீது அறிவிப்பு
(Notice on defective promissory note or hand letter)

பதிவு அஞ்சல் ஒப்புகை அட்டையுடன் கூடியது

இடம் : தஞ்சாவூர்
நாள் :

அனுப்புநர்,	பெறுநர்,
புலமை வேங்கடாசலம்,	பொழிலன்
எம்.ஏ.பி.எல்	த/பெ. பூங்குன்றன்
வழக்கறிஞர்	மேலத்தெரு
23/15, பூக்கார இரண்டாந்தெரு	புள்ளவராயன் குடிக்காடு (அஞ்சல்)
தஞ்சாவூர் - 613 001.	மன்னார்குடி வட்டம்
	திருவாரூர் மாவட்டம்.

அன்பரீர்,

எனது கட்சிக்காரர் திருவாளர் தமிழார்வன், தபெ. இனியன்,

வடக்குத்தெரு, புள்ளவராயன் குடிக்காடு, மன்னார்குடி வட்டம், திருவாரூர் மாவட்டம் அவர்களின் தகவலின் பேரில் நான் கொடுக்கும் அறிவிப்பு பின்வருமாறு.

1. தாங்கள் எனது கட்சிக்காரரிடமிருந்து ரூ.3000/- ஐ (மூன்றாயிரம் ரூபாய்) 5.8.97ஆம் நாளில் வடக்குத்தெரு புள்ளவராயன் குடிக்காட்டில் வைத்துக் கடனாகப் பெற்றீர்கள். தாங்கள் அந்தத் தொகையைப் பெற்றுக் கொண்டமைக்காக முத்திரையிடப்பட்ட கை கடிதம் ஒன்று கொடுத்தீர்கள். தாங்கள் அந்தத் தொகையைப் பெற்ற நாளிலிருந்து ஆறு மாதங்களுக்குள் திரும்ப அளிப்பதாக உடன்பட்டீர்கள். ஆனால் தாங்கள் உடன்பட்டபடி, அந்தத் தொகையை ஆண்டொன்றிற்கு ரூ.12% வட்டி வீதம் தன்னிடம் திரும்ப அளித்திட எனது கட்சிக்காரர் திரும்பத் திரும்ப வேண்டினார். ஆனால், தாங்கள் கடன் தொகையை வட்டியுடன் திரும்ப அளிக்கத் தவறிவிட்டீர்கள்.

2. இந்த அறிவிப்பு கிடைத்த பத்து நாட்களுக்குள் மேற்சொல்லப்பட்ட கடன் தொகையை ஆண்டொன்றிற்கு 12% வட்டி வீதம் தாங்கள் அளித்திட வேண்டியது. அப்படி அளித்திட மறுப்பீரேயாயின் கடன் தொகையை வட்டி மற்றும் செலவுத் தொகையுடன் வசூலித்திட எனது கட்சிக்காரர் உமக்கெதிராக வழக்கிடுவாரென இதன்மூலம் தெரிவித்துக் கொள்ளப்படுகிறது.

வழக்கறிஞர்.

அடைமான ஆவணத்தின்பேரில் பெற்ற அடைமானக் கடன் தொகையைச் செலுத்தச் சொல்லி கடனாளிக்கு அறிவிப்பு கொடுத்தல்
(Notice requesting the debtor to pay the amount due on a mortgage deed)

பதிவு அஞ்சல் ஒப்புகை அட்டையுடன் கூடியது

இடம் : தஞ்சாவூர்
நாள் :

அனுப்புநர்,
புலமை வேங்கடாசலம்,
எம்.ஏ.பி.எல்
வழக்கறிஞர்
23/15, பூக்கார இரண்டாந்தெரு
தஞ்சாவூர் - 613 001.

பெறுநர்,
நெடுஞ்செழியன்
த/பெ. பாண்டியன்
தெற்குத்தெரு
புள்ளவராயன் குடிக்காடு (அஞ்சல்)
மன்னார்குடி வட்டம்
திருவாரூர் மாவட்டம்.

அன்பரீர்,

எனது கட்சிக்காரர் முகிலன், த/பெ. வளவன், கீழத்தெரு, புள்ளவராயன் குடிக்காடு, மன்னார்குடி வட்டம், திருவையாறு மாவட்டம் அவர்களின் தகவலின்பேரில், நான் கொடுக்கும் அறிவிப்பு பின்வருமாறு.

1. தாங்கள் அடியில் குறிப்பிட்டுள்ள சொத்தைப்பதிவு செய்திட்ட அடைமான ஆவணத்தினை எனது கட்சிக்காரரிடம் கீழத்தெரு, புள்ளவராயன் குடிக்காட்டில் 15.5.97 ஆம் நாளில் அடைமானம் வைத்து, எனது கட்சிக்காரரிடம் ரூ.10,000/- (பத்தாயிரம் ரூபாய் மட்டும்) கடன் பெற்றீர். தாங்கள் அந்தக் கடன் தொகையை அடைமான ஆவணம் எழுதிக்கொடுத்த நாளிலிருந்து இரண்டு ஆண்டுகளுக்குள், ஆண்டொன்றுக்கு 24% வட்டியுடன் திரும்ப அளிப்பதாக உடன்பட்டீர்கள். இரண்டாண்டுக் காலக்கெடு என்பது 15.5.1999 ஆம் நாளுடன் முடிவடைந்துவிட்டது. எனது கட்சிக்காரர் அடைமானக் கடன்தொகையைத் திரும்ப அளித்திட தங்களை வேண்டினார். ஆனால் தாங்கள் அதைப் புறக்கணித்தீர்கள் மற்றும் திரும்பச் செலுத்தத் தவறிவிட்டீர்கள்.

2. ஆகையால் தாங்கள் அடைமான ஆவணத்தின் மூலம் பெற்ற கடன் தொகை, வட்டி ரூ. ..../-ஐ இந்த அறிவிப்பு கிடைத்த 15 நாட்களுக்குள் செலுத்திட வேண்டியது. தாங்கள் அவ்வாறு செலுத்தத் தவறும் நிலையில், அடைமானக் கடன்தொகை, வட்டி, செலவுத்தொகை ஆகியவற்றை அடைமானச் சொத்தை விற்பனை செய்வதன் மூலம் திரும்பப் பெறுகின்ற வகையில் தங்களுக்கு எதிராக

வழக்கு தொடுக்க எனது கட்சிக்காரரால் நான் அறிவுறுத்தப்பட்டிருக்கிறேன்.

வழக்கறிஞர்.

சொத்து விவரம்

சொத்தொன்றில் பாகம்கோரி அறிவிப்பு செய்தல்
(Notice claiming partition of a property)

பதிவு அஞ்சல் ஒப்புகை அட்டையுடன் கூடியது

இடம் : தஞ்சாவூர்
நாள் :

அனுப்புநர்,
புலமை வேங்கடாசலம்,
எம்.ஏ.பி.எல்
வழக்கறிஞர்
23/15, பூக்கார இரண்டாந்தெரு
தஞ்சாவூர் - 613 001.

பெறுநர்,
நெடுஞ்செழியன்
த/பெ. பாண்டியன்
தெற்குத்தெரு
புள்ளவராயன் குடிக்காடு (அஞ்சல்)
மன்னார்குடி வட்டம்
திருவாரூர் மாவட்டம்.

2. நிறைமொழி
 த/பெ தொல்காப்பியன்
 மேற்படி முகவரி

3. மாந்தரஞ்சேரல்
 த/பெ சேரலாதன்
 மேற்படி முகவரி

நீதிமன்றங்களும் வழக்கு நடைமுறைகளும் 88

4. பீலிவளை
த/பெ. நெடுமுடிக்கிள்ளி
நல்லூர்,
வலங்கைமான் வட்டம்,
திருவாரூர் மாவட்டம்.

அன்பரீர்/அம்மையீர்,

எனது கட்சிக்காரர் திருமதி பீலிவளை, தபெ. நெடுமுடிக்கிள்ளி, நல்லூர் வலங்கைமான் வட்டம், திருவாரூர் மாவட்டம் அவர்கள் கொடுத்த தகவலின்பேரில் நான் கொடுக்கும் அறிவிப்பு பின்வருமாறு:

1. மேலே 1 முதல் 3 வரையில் கூறப்பட்ட நீங்கள் மூவரும் எனது கட்சிக்காரரின் சகோதரர்கள் தங்களில் நான்காவது நபர் எனது கட்சிக்காரரின் சகோதரராவீர். அ, ஆ பட்டியலில் குறிப்பிடப்பட்டுள்ள அசையும் மற்றும் அசையா நிலைச் சொத்துக்கள் கூட்டுக்குடும்பச் சொத்துக்களாகும். அவைகள் காலஞ் சென்ற வளையணன் என்பவரால் சம்பாதிக்கப்பட்டதாகும். வளையணன் எனது கட்சிக்காரருக்கும், தங்கள் நால்வருக்கும் தந்தையாவார். மேற்சொல்லப்பட்ட வளையணன் உயில் இயற்றாமல், எனது கட்சிக்காரரையும் மற்றும் தாங்கள் நால்வரையும் விட்டு 15.7.97ஆம் நாளில் இறந்தார். காலஞ்சென்ற வளையணின் மனைவி ஏழிசைவல்லபி 15.7.1994ஆம் நாளில் இறந்தார். அதாவது எனது கட்சிக்காரரின் தந்தை இறப்பதற்கு மூன்றாண்டுக்கு முன்னர் இறந்தார்.

2. காலஞ்சென்ற வளையணன் ரூ.10,000/- (பத்தாயிரம் ரூபாய் மட்டும்) மதிப்புள்ள பாத்திரங்கள் மற்றும் நகைகளை (சொத்துப் பட்டியலில் மிகவும் தெளிவாகக் குறிப்பிடப்பட்டுள்ளது) தங்களில் முதல் நபரிடம் ஒப்படைத்துச் சென்றார். சொத்து விவரத்தில் ஆ பட்டியலில் குறிப்பிடப்பட்டுள்ள சொத்து எனது கட்சிக்காரரின் தந்தை தனது சொந்த சம்பாத்தியத்தைக் கொண்டு பதிவு செய்த ஆவணத்தின் மூலம் 6.5.1994ஆம் நாளில் வாங்கியதாகும். அடியில் சொத்து விவரத்தில், ஆ பட்டியலில் குறிப்பிடப்பட்டுள்ள சொத்து, தங்களில் 1 முதல் 3 வரையிலுள்ள நபர்களின் உடைமையிலிருந்து வருகிறது.

3. அ, ஆ சொத்துவிவரப்பட்டியலில் குறிப்பிடப்பட்டுள்ள சொத்துக்களில் எனது கட்சிக்காரர் 1/5 பாகம் பெற உரிமையுடையவர் என்று தெரிவிக்கிறார். சொத்து விவரத்தில் குறிப்பிடப்பட்டுள்ள

சொத்துக்களைப் பாகம் பிரித்திட எனது கட்சிக்காரர் தங்களில் 1 முதல் 3 வரையிலுள்ள நபர்களை அடிக்கடி வேண்டினார். ஆனால் தாங்கள் மூவரும் எனது கட்சிக்காரரின் கோரிக்கையை ஏற்று நடக்காமல், அதனைப் புறக்கணித்தீர்கள்.

ஆகையால், இந்த அறிவிப்பு கிடைக்கப்பெற்ற 15 நாட்களுக்குள் சொத்து விவரப்பட்டியலில் குறிப்பிடப்பட்டுள்ள சொத்துக்களைப் பாகப்பிரிவினை செய்ய முன்வருதல் வேண்டும். தவறினால் பட்டியலில் குறிப்பிடப்பட்டுள்ள சொத்துக்களைப் பாகப்பிரிவினை செய்திட சட்டப்படியான நடவடிக்கையை மேற்கொள்ள எனது கட்சிக்காரர் வற்புறுத்துவார். அதற்கான செலவுகளுக்குத் தாங்களே பொறுப்பாவீர்.

வழக்கறிஞர்.

அ சொத்து விவரப்பட்டியல்
ஆ சொத்து விவரப்பட்டியல்

வழக்கறிஞர்.

சொத்துரிமை மாற்றுச் சட்டம், பிரிவு 106- இன்கீழ் விடுக்கப்படும் அறிவிப்பு
(Notice U/S 106 of Transfer of Property Act)

இடம் : தஞ்சாவூர்
நாள் :

அனுப்புநர்,
புலமை வேங்கடாசலம்,
எம்.ஏ.பி.எல்
வழக்கறிஞர்
23/15, பூக்கார இரண்டாந்தெரு
தஞ்சாவூர் - 613 001.

பெறுநர்,
நெடுஞ்செழியன்
த/பெ. பாண்டியன்
தெற்குத்தெரு
புள்ளவராயன் குடிக்காடு (அஞ்சல்)
மன்னார்குடி வட்டம்
திருவாரூர் மாவட்டம்.

ஐயா,

பொருள்: சொத்துரிமை மாற்றுச்சட்டம், பிரிவு 106 இன்கீழ் பொய்கை வளவனுக்காக் கொடுக்கப்படும் அறிவிப்பு.

1. தாங்கள் அடியிற் குறிப்பிடப்பட்டுள்ள சொத்தில் வாடகைதாரர். தாங்கள் .... நடத்துவதற்காக எனது கட்சிக்காரரிடமிருந்து ஓராண்டுக் குத்தகைக்குச் சொத்தை வாடகைக்கு எடுத்திருந்தீர்கள்.

2. தாங்கள் ஒவ்வொரு ஆங்கில மாதம் 5ஆம் நாள் அல்லது அதற்கு முன்னதாக, மாதம் ஒன்றுக்கு ரூ. 500/- வாடகை அளிப்பதாக உடன்பட்டீர்கள்.

3. தாங்கள் வாடகையை ...... முதல் ...... வரையில் கொடுக்கத் தவறியுள்ளீர்கள். குத்தகை காலம் .... ஆம் நாளுடன் முடிவுற்றது.

4. ஆகையால், பட்டியலில் குறிப்பிடப்பட்டுள்ள சொத்திலிருந்து தாங்கள் வெளியேறிட வேண்டியது. பட்டியலில் குறிப்பிடப்பட்டுள்ள சொத்தை ..... ஆம் நாள் காலிசெய்த நிலையில் உடைமை ஒப்படைப்பு செய்திடுதல் வேண்டியது.

5. தாங்கள் இந்த அறிவிப்பினை ஏற்று நடக்காத நிலையில், தாங்கள் சொத்தில் சட்டத்திற்கு முரணாக அத்துமீறி இருப்பவராகக் கருதப்படுவீர். சொத்தில் தாங்கள் சட்டத்திற்கு முரணாக இருப்பதற்கு தாங்கள் சொத்திலிருந்து வெளியேற்றப்படும் வரை, நாளொன்றுக்கு ரூ 20/- வீதம் இழப்பீடு அளிக்கவும் பொறுப்புடையவராவீர். தாங்கள் செலவுத் தொகைகளுக்கும், பின் விளைவுகளுக்கும் பொறுப்புடையவராவீர்.

இடம் : தஞ்சாவூர்.
நாள் :   வழக்கறிஞர்.

உரிமை வழக்கு விசாரணைமுறைச் சட்டம், பிரிவு 80-இன்கீழ் அறிவிப்பு கொடுத்தல்
(Notice U/S 80 of the Civil Procedure Act)

மாநில அரசாங்கம் அல்லது மத்திய அரசாங்கம் அல்லது பொது ஊழியர்க்கு எதிராக வழக்கு தாக்கல் செய்வதற்கு முன்னதாக இரண்டு மாதத்திற்கு முன்னதாக, உரிமை வழக்கு விசாரணைமுறைச் சட்டம், பிரிவு 80இன்கீழ் அறிவிப்பு கொடுக்க வேண்டும்.

அறிவிப்பை துறைச் செயலாளர்களுக்கு (Secretaries of the Department) அனுப்புதல் வேண்டும். அறிவிப்பு, இருப்புப்பாதை நிர்வாகத்திற்குக் கொடுப்பதாக இருப்பின், அதன் பொது மேலாளருக்குக் கொடுத்திடுதல் வேண்டும். இது போன்ற அறிவிப்பில், இரண்டு அறிவிப்புகளைக் கொடுப்பது நலம் பயக்கக் கூடியதாக இருக்கும். ஒரு அறிவிப்பு துறைத்தலைவருக்கும், மற்றொரு அறிவிப்பு, செயலைச் செய்திட வேண்டிய அலுவலருக்கும் கொடுத்திடுதல் வேண்டும்.

உ.வி.மு.ச. பிரிவு 80இன்கீழ் முடிவுற்ற சில வழக்குகள்
(Some decided cases : U/S 80 C.P.C)

அசாம் அரசாங்கத்திற்கு எதிரான வழக்கில், அசாம் அரசாங்கத்தின் தலைமைச் செயலாளர் எதிர்வாதியாகச் சேர்க்கப்பட்டார். அவருக்கு அறிவிப்பு கொடுத்தது செல்லா நிலையதாகிவிடாது. - AIR 1990 Gau 74.

அறிவிப்பு கொடுத்த வாதி இறந்திருக்கும்போது சட்டப்பூர்வ வாரிசுகள் புதிய அறிவிப்பு கொடுக்க வேண்டிய அவசியமில்லை. - AIR 1984 SC 1004.

மிக அவசரமானதோ உடனடிப் பரிகாரத்திற்குரியதோவன்று

என்று நீதிமன்றம் உளநிறைவடைகின்றபோது, வழக்குரையைத் திருப்புவது அனுமதிக்கக் கூடியதேயாகும். - AIR 1989 P & H 7.

வழக்கானது அரசாங்கத்திற்கும் தனிப்பட்ட நபர் ஒருவருக்கும் எதிராகத் தாக்கல் செய்திடுகின்றபோது, அரசாங்கத்திற்கு அறிவிப்பு கொடுத்திட வேண்டும். அப்படி அறிவிப்பு கொடுக்காத நிலையில் தனிப்பட்ட நபருக்கு எதிராக மட்டும் வழக்கு நிலைநிற்கத்தக்கதாகும். - AIR 1970 MP5.

மிரட்டுதல் செய்கையைத் தடுத்தல் தொடர்பான வழக்கில் அறிவிப்பு கொடுக்க வேண்டிய அவசியமில்லை. - AIR 1962 Mad 814.

புதிய வழக்குத் தொடர அனுமதியுடன் வழக்கைத் திரும்பப் பெற்றிருக்கும்போது, இரண்டாவது முறையாக வழக்கு தொடரும்போது மீண்டும் அறிவிப்பு கொடுக்க வேண்டிய அவசியமில்லை. - AIR 1963 SC 424.

அறிவிப்பு என்பது சரியான முறையில் வரையப்பட்டிருத்தல் வேண்டும். முக்கியமில்லாத பிழைகள் அல்லது குறைகளைக் கவனத்தில் எடுத்துக்கொள்ளக்கூடாது. - AIR 1969 SC 1256.

இருப்புப் பாதைகள் சட்டம், பிரிவு 77 பழையது, உ.வி.மு.ச. பிரிவு 80 ஆகிய இரண்டின் கீழும் இணைத்துக் கொடுத்த அறிவிப்பு, நல்ல அறிவிப்பே ஆகும்.

உ.வி.மு.ச. பிரிவு 80, சொத்துரிமை மாற்றுச் சட்டம், பிரிவு 106 ஆகிய இரண்டின் கீழும் இணைத்துக் கொடுத்த அறிவிப்பு, செல்லத்தக்கதாகும். - AIR 1981 Raj 280.

ஒரு மாநில அரசாங்கம் மற்றொரு மாநில அரசாங்கத்திற்கெதிராக வழக்கிடும்போது, அறிவிப்பு கொடுக்க வேண்டிய அவசியமில்லை. - AIR 1951 SC 253.

வாதிகள் ஒன்றுக்கு மேற்பட்டவர்களாக இருந்திடும்போது, ஒருவருக்கு மட்டும் அறிவிப்பு கொடுப்பது நன்றன்று. - AIR 1938 Mad 583.

முன்னதாக, சட்டம் 29/1974ஐ நீதிப்பேராணை மனு (Writ Petition) மூலம் எதிர்த்திட, கோரும் பரிகாரத்தை வழக்குத் தொடுப்பதன்மூலம் பெற்றுக் கொண்டிட, உயர்நீதிமன்றம் அறிவுறுத்தி நீதிப் பேராணை மனுவைத் தள்ளுபடி செய்ததையடுத்து, உயர்நீதிமன்றத்தின் வழிகாட்டுதலின் பேரில் 29/1974 இன் பொருள்களுக்குட்பட்ட நிலையில், வாதிகளால் நிர்வகிக்கப்பட்டுவரும் நிறுவனங்களைச் சிறுபான்மையோர் நிறுவனங்களாக விளம்புகை செய்ய தாக்கல் செய்திட்ட வழக்கில், அறிவிப்பு தேவையாக இருந்தும், அது இல்லாது போனது தவறானதாகாது. - AIR 1986 Mad 126.

பிரிவு 80இன் கீழான அறிவிப்பை நீதிமன்றத்தின் அனுமதியுடன் கைவிடுதல் என்பது முடியாது. - AIR 1986 All 92.

இரண்டு மாதக் காலங்கள் முடிவதற்குள் வழக்கு தாக்கல் செய்திட்டது நிலைநிற்கத்தக்கதல்ல. - AIR 1984 SC 1043.

சட்டப்படியான இந்த அறிவிப்பை செய்கின்றபோது வாதி கோரும் உரிமையை அரசாங்கம் அல்லது பொதுஊழியர் ஏற்கிறார்களா அல்லது மறுக்கிறார்களா என்பதை முடிவு செய்திட அவர்கட்குப் போதி அளவுக்குக் கால அவகாசம் அளித்திடுதல் வேண்டும். - 1989(1) PLR 156.

பிரிவு 80(2) இன்கீழ் அறிவிப்பு கொடுத்தலை கைவிடுதலுக்கு நீதிமன்றம் சூழ்நிலையைக் கவனத்தில் கொள்ளுதல் வேண்டும். - AIR 1989 P & H 7.

உரிமை வழக்கு விசாரணைமுறைச் சட்டம், பிரிவு 80-இன்கீழ் அரசாங்கத்திற்கெதிராக அறிவிப்பு செய்தல்
(Notice under section 80 of civil procedure code against the government)

பதிவு அஞ்சல் ஒப்புகை அட்டையுடன் கூடியது

இடம்: தஞ்சாவூர்
நாள்: 4.8.99

அனுப்புநர்	பெறுநர்,
புலமை வேங்கடாசலம்,	. . . .
எம்.ஏ.பி.எல்	. . . .
வழக்கறிஞர்	. . . .
23/15, பூக்கார இரண்டாந்தெரு	. . . .
தஞ்சாவூர் - 613 001.	. . . .

ஐயா,

எனது கட்சிக்காரர் திருவாளர் இளஞ்சேட் சென்னி, த/பெ. சென்னி, குமரன்தெரு, புள்ளவராயன் குடிக்காடு, மன்னார்குடி வட்டம், திருவாரூர் மாவட்டம் அவர்களின் தகவலின்பேரில், உரிமை வழக்கு விசாரணை முறைச் சட்டம், பிரிவு 80-இன்கீழ் நான் கொடுக்கும் அறிவிப்பு பின்வருமாறு:

1. (இந்தப் பகுதியில் கோரும் பரிகாரங்கள் மற்றும் வழக்கு மூல விவரங்களைக் குறிப்பிடவும்)

2. . . . .

3. உரிமை வழக்கு விசாரணை முறைச் சட்டம், பிரிவு 80 இன்கீழ் அறிவிப்பைப் பெற்று, அதில் எனது கட்சிக்காரர் கோரியுள்ள பரிகாரத்தை இரண்டு மாதங்களுக்குள் தாங்கள் நிறைவேற்ற தவறியிருக்கும்போது, எனது கட்சிக்காரர் தக்க ஆள்வரையுடைய உரிமையியல் நீதிமன்றத்தில் வழக்கு தாக்கல் செய்யவுள்ளார். தாங்கள் பரிகாரத்திற்கும் வழக்குச் செலவுகளுக்கும் பொறுப்புடையவராவீர்கள்.

உண்மையுள்ள

வழக்கறிஞர்

பொருள்கள் தொலைந்துபோதல், பொருள்களை ஒப்படைக்காமை அல்லது பொருள்களைச் சிதைந்த நிலையில் கொடுத்தலுக்கு இருப்புப்பாதை நிர்வாகத்தாரிடம் இழப்பீடு கோரி அறிவிப்பு செய்தல்

(Notice to Railway authorities claiming compensation for less, non-delivery or delivery in damaged condition)

பதிவு அஞ்சல் ஒப்புகை அட்டையுடன் கூடியது

அனுப்புநர்,
புலமை வேங்கடாசலம்,
எம்.ஏ.பி.எல்
வழக்கறிஞர்
23/15, பூக்கார இரண்டாந்தெரு
தஞ்சாவூர் - 613 001.

பெறுநர்,
பொது மேலாளர்
தென்னக இருப்புப்பாதை
பூங்கா நகர்
சென்னை - 600 003.

ஐயா,

பொருள்: இந்திய இருப்புப்பாதைச் சட்டம், 24/1989, பிரிவு 106-இன் கீழும் உரிமை வழக்கு விசாரணை முறைச் சட்டம், பிரிவு 80-இன் கீழும் கொடுக்கப்பட்ட அறிவிப்பு.

எனது கட்சிக்காரர், திருவாளர் நலங்கிள்ளி, தபெ. நெடுங்கிள்ளி, மல்லன்தெரு, புள்ளவராயன்குடிக்காடு, மன்னார்குடி வட்டம், தஞ்சாவூர் மாவட்டம் அவர்களின் தகவலின் பேரில் அடியில் விவரிக்கப்பட்டுள்ள சங்கதிகள் மற்றும் சூழ்நிலைகளின் அடிப்படையில், உரிமை வழக்கு விசாரணை முறைச்சட்டம், பிரிவு 80-இன்கீழும், இந்திய இருப்புப் பாதைகள் சட்டம், 1989-இன்கீழும் இந்த அறிவிப்பைக் கொடுக்கிறேன்.

1. எனது கட்சிக்காரர் துவரம்பருப்புகள் அடங்கிய சரக்கு மூட்டைகளை புள்ளவராயன் குடிக்காடு புகைவண்டி நிலையத்திலிருந்து

நீதிமன்றங்களும் வழக்கு நடைமுறைகளும்

நல்லூர் புகைவண்டி நிலையத்திற்கு 6.5.99-ஆம் நாள் எனது கட்சிக்காரரின் பெயரில் அனுப்பினார். எனது கட்சிக்காரரால் அனுப்பப்பட்ட சரக்கு நல்லூர் புகைவண்டி நிலையத்தில் திரு. நெடு முடிக்கிள்ளியிடம் ஒப்படைக்கப்பட வேண்டியதாகும். நியாயமாகச் சரக்கை எடுத்துச்செல்ல ஆகும் காலங்கள். . . . . . . .நாட்கள் ஆகும்.

2. சரக்கின் எடை. . . . . .சரக்கு அடங்கிய பெட்டிகள் / சிப்பங்கள் / பொட்டலங்கள் . . . . . .தகரப்பெட்டி இன்னபிற. சரக்கு ஒப்படைக்கப்படவில்லை.

3. சரக்கின் மதிப்பு ரூ. . . . .

4. சரக்கு ஒப்படைக்கப்படாமைக்குப் புகைவண்டி நிலையத்தார் சான்றிதழ் கொடுத்துள்ளார்கள். அந்தச் சான்றிதழின் செராக்ஸ் நகல் இத்துடன் இணைக்கப்பட்டுள்ளது.

5. சரக்கு எடுத்துவரப்படும்போது தொலைந்திருக்க வேண்டும் அல்லது வேறு எங்காவது எடுத்துச் செல்லப்பட்டிருக்கவேண்டும். அதனால் சரக்கு வந்து சேரவேண்டிய இடத்திற்கு, வரவில்லையென எனது கட்சிக்காரர் உரைக்கிறார். எனது கட்சிக்காரர் பலமுறை வேண்டிட்ட போதிலும், இருப்புப் பாதை நிர்வாகத்தார் எனது கட்சிக்காரரிடம் சரக்கை ஒப்படைத்தாரில்லை.

6. கோருரிமைகளின் பட்டியல்

1. சரக்கின் மதிப்பு   ரூ.
2. சரக்குக் கட்டணம்   ரூ.
3. வழக்குரைஞர் அறிவிப்புக்கான செலவு ரூ.

கூடுதல்

நான் இந்த அறிவிப்பு கொடுத்த இரண்டு மாதங்களுக்குள், மேலே கோரியுள்ள தொகை ரூ. . . ./ஐ தாங்கள் எனது கட்சிக்காரருக்கு அளித்திடாத நிலையில், மேற்சொல்லப்பட்ட தொகையையும் அதற்குரிய வட்டியையும் இருப்புப்பாதை

நிர்வாகத்தாரிடமிருந்து வசூலித்திட விண்ணப்பஞ் செய்யப்படும். வழக்கிற்காகும் கூடுதல் செலவுகளுக்கு இருப்புப் பாதை நிர்வாகமே பொறுப்பாகும்.

நன்றி.

இடம் : தஞ்சாவூர்   உண்மையுள்ள
நாள் :   கோரிக்கையாளரின் வழக்குரைஞர்

தமிழ்நாடு கட்டிடங்கள் (குத்தகை மற்றும் வாடகைக் கட்டுப்பாடு) சட்டத்தின்கீழ் கொடுக்கப்படும் அறிவிப்பு
(Notice under the Tamil nadu Buildings (lease and Rent control) Act)

விளக்கம்

தமிழ்நாடு கட்டிடங்கள் (குத்தகை மற்றும் வாடகைக் கட்டுப்பாடு) சட்டம், 1960-இன்கீழ் அறிவிப்பு கொடுக்க வேண்டியது கட்டாயமான ஒன்றன்று. (AIR 1979 SC 1745; AIR 1976 Mad 329). வாடகைக்கட்டுப்பாடு விவகாரங்களில், சொத்துரிமை மாற்றுச் சட்டம், பிரிவு 106-இன்கீழ் அறிவிப்பு கொடுக்க வேண்டிய அவசியமில்லை.

ஆனால் கட்டட உரிமையாளர் அல்லது வாடகைதாரர் நியாய வாடகை முடிவு செய்வது அல்லது வாடகையை அதிகரிப்பது அல்லது வளாக உடைமையை ஒப்படைப்பது அல்லது வசதிகளை ஏற்படுத்தித் தருவது அல்லது வாடகையைப் பெறுவது தொடர்பாக எப்போதும் தகவல் தெரிவிப்பது அவசியமாகும்.

வாடகையை உயர்த்துவதற்கான அறிவிப்பு
(Notice to pay increased Rent)

இடம்: தஞ்சாவூர்
நாள்:

அனுப்புநர்,
புலமை வேங்கடாசலம்,
எம்.ஏ.பி.எல்
வழக்கறிஞர்
23/15, பூக்கார இரண்டாந்தெரு
தஞ்சாவூர் - 613 001.

பெறுநர்,
முடியரசன்
த/பெ. கவிவேந்தன்
தெற்குத் தெரு
புள்ளவராயன் குடிக்காடு
மன்னார்குடி வட்டம்
திருவாரூர் மாவட்டம்.

ஐயா,

எனது கட்சிக்காரர் கொடுத்த தகவலின்கீழ்

1. தாங்கள் 1965-ஆம் ஆண்டு மே மாதம் முதல் திருவாரூர் மாவட்டம், மன்னார்குடி வட்டம், 12, கீழராஜவீதியிலுள்ள கட்டிடத்தின் வாடகைதாரராவீர். சொத்து விவரத்தில் இது தெளிவாகக் குறிப்பிடப்பட்டுள்ளது. எனது கட்சிக்காரர் அச்சொத்தின் உரிமையாளராவார். எனது கட்சிக்காரருக்கும் தங்களுக்கும் ஏற்பட்ட உடன்பாட்டின்படி, ஒவ்வொரு ஆங்கில மாதத்தின் 5ஆம் நாள் அல்லது அதற்குமுன்னர் மாத வாடகை ரூ.200/- அளித்து வருகிறீர்கள்.

2. எனது கட்சிக்காரர் தொடக்கம் முதல் வாடகையை உயர்த்தவில்லை. தாங்கள் மாத வாடகையாக ரூ.200/- மட்டுமே கொடுத்து வருகிறீர்கள். எனது கட்சிக்காரர் பல வசதிகளைப் பலவேளைகளில் ஏற்படுத்திக் கொடுத்திருக்கிறார். வாழ்க்கைத்தரம் மிக உயர்ந்திருக்கிற நிலையில் வாடகை அதற்கிணையாக உயரவில்லை. கட்டிடத்தை யாருக்கு வாடகைக்கு விட்டாலும், மாதம் ஒன்றுக்கு ரூ. 750/-ஐ வாடகையாக எளிதாகப் பெறலாம்.

3. வாடகையை உயர்த்தும் நோக்கத்தின் பொருட்டு, இந்த இடத்தில் கட்டிடத்தின் தன்மை, கீழ்ப்பரப்பு, வட்டாரம் இன்ன பிறவற்றைப் பற்றி குறிப்பிடவும்.

4. எனது கட்சிக்காரர் மாதம் ஒன்றுக்கு ரூ.500/- ஆக உயர்த்தியுள்ள வாடகையைத் தங்களிடம் திரும்ப திரும்ப கேட்டிட்ட போதிலும், தாங்கள் எனது கட்சிக்காரரின் உண்மையான கோரிக்கையை ஏற்றுச் செயற்படாது புறக்கணித்து வந்துள்ளீர்கள்.

ஆகையால், தாங்கள் 1999-ஆம் ஆண்டு ஆகஸ்டு மாதம் முதல் மாதம் ஒன்றுக்கு ரூ.500/- வாடகை அளித்திட வேண்டியது. இந்த அறிவிப்பை தாங்கள் ஏற்று நடக்கத் தவறும் நிலையில் எனது கட்சிக்காரர் நியாய வாடகையை நிர்ணயஞ் செய்திட வாடகைக் கட்டுப்பாடு நீதிமன்றத்தில் மனு தாக்கல் செய்யவுள்ளார். அதனால் ஏற்படும் அனைத்துவித செலவுகள் மற்றும் பின் விளைவுகளுக்குத் தாங்களே பொறுப்புடையவராவீர்கள்.

வழக்கறிஞர்.

சொத்துவிவரப் பட்டியல்

பதில் அறிவிப்பு
(Reply Notice)

பதிவு அஞ்சல் ஒப்புகை அட்டையுடன் கூடியது

இடம்: தஞ்சாவூர்
நாள்:

அனுப்புநர்,
புலமை வேங்கடாசலம்,
எம்.ஏ.பி.எல்
வழக்கறிஞர்
15, பூக்கார இரண்டாந்தெரு
தஞ்சாவூர் 613 001.

பெறுநர்,
கா. அருள், எம்.ஏ.,பி.எல்.,
வழக்கறிஞர்
4, தென்றல் தெரு
புள்ளவராயன் குடிக்காடு
மன்னார்குடி வட்டம்
திருவாரூர் மாவட்டம்.

ஐயா,

பார்வை : தங்களது கட்சிக்காரர் இமயவரம்பனுக்காக 24.7.99ஆம் நாள் விடுக்கப்பட்ட அறிவிப்பு.

தாங்கள், தங்களது கட்சிக்காரர் திருவாளர் இமயவரம்பன், த/பெ சேரலாதன், செங்கமேடு புள்ளவராயன்குடிக்காடு, மன்னார்குடி வட்டம், திருவாரூர் மாவட்டம் அவர்களுக்காகக் கொடுத்த அறிவிப்பு. எனது கைகளுக்குத் தகவலுடன் வரப்பெற்றதையடுத்து, நான் கொடுக்கும் பதில் பின்வருமாறு:

1. அறிவிப்பில் கண்டுள்ளவைகளில், குறிப்பாகச் சிலவற்றை உண்மையென ஏற்றுக்கொண்டது போக, மற்றபடி சொல்லப்பட்ட அனைத்தையும் எனது கட்சிக்காரர் மறுக்கிறார்.

2. எனது கட்சிக்காரர். . . . . .ஏற்கிறார்.

3. எனது கட்சிக்காரர் தங்களது அறிவிப்பின் 2,3-ஆம் பத்திகளில் கண்டுள்ள உறுதிக் கூற்றுகளை மறுக்கிறார்.

4. எனது கட்சிக்காரர் உரைக்கும் சங்கதிகளின் விவரம் பின்வருமாறு . . . .

5. எனது கட்சிக்காரர் எந்தத் தொகையையும் அளிக்கக் கடப்பாடுடையவரன்று.

6. தொழில் முறை நடவடிக்கை அடிப்படையில் தங்களது கட்சிக்காரர்தான் எனது கட்சிக்காரருக்கு ரூ.4000/- தொகையை அளிக்க வேண்டியிருக்கிறது.

ஆகையால், தங்களது கட்சிக்காரருக்குத் தகுந்த வகையில் ஆலோசனை நல்கவும். இந்தப பதிலறிவிப்பைக் கொடுத்த பிறகும் தங்களது கட்சிக்காரர் நீதிமன்றத்தை அணுகுவாராயின், அது அவரது சொந்தப் பொறுப்பிலே செய்வதாகக் கருதப்படும். இந்தப் பதிலறிவிப்பு கொடுக்கப்பட்டிருந்தும் தங்களது கட்சிக்காரரால் ஏதேனும் நடவடிக்கை மேற்கொள்ளப்படின் அதனை எனது கட்சிக்காரர் எதிர்கொள்ள தயாராகவிருக்கிறார். அத்தகைய

விளையாட்டுத்தனமான அல்லது வாதஆதாரமற்ற நடவடிக்கைகளுக்குத் தங்களது கட்சிக்காரர் பொறுப்புடையவராவார்.

நன்றி

உண்மையுள்ள
வழக்கறிஞர்

போலி காசோலைகள் வழங்கியமைக்கு அறிவிப்பு

காசோலை வழங்கியவரை, காசோலை திருப்பப்படும்போது தொகையை அளித்திட மாற்றுமுறை ஆவணச் சட்டம், பிரிவு 138(b), இன்கீழ் சட்ட முறையாக அனுப்பப்படும் அறிவிப்பின் மாதிரிப்படிவம்

(Model form of statutory notice U/S 138 (b) of the Negotiale Instruments Act calling the drawer of the cheque to pay on the dishonoured cheque.)

பதில் அஞ்சல் ஏற்புகை அட்டையுடன் கூடியது

அனுப்புநர்,
புலமை வேங்கடாசலம்,
எம்.ஏ.பி.எல்
வழக்கறிஞர்
23/15, பூக்கார இரண்டாந்தெரு
தஞ்சாவூர் - 613 001.

பெறுநர்,
குடிலன்
நாஞ்சில் நாடு
கன்னியாகுமரி மாவட்டம்

ஐயா,

பொருள் :
பார்வை :

1. தாங்கள் எனது கட்சிக்காரரின் நிறுவனத்திடமிருந்து, பட்டி எண்.422, நாள் 4.6.99-இன்படி ரூ.10,000/-க்கு இரும்புப்பொருள்கள் வாங்கியமைக்காக, ரூ. 10,000/-க்கு குறுக்குக் கோடிட்ட காசோலை எண் 14477, நாள் 5.7.99 ஒன்றை புள்ளவராயன் குடிக்காடு கனரா வங்கிக்குக் கொடுத்தீர்கள்.

2. எனது கட்சிக்காரரின் நிறுவனத்திற்குக் கணக்கிருக்கும் இந்தியன் வங்கியின்மூலம் தொகையை வசூலித்திட அந்தக் காசோலை 7.7.99-ஆம் நாளில் இந்தியன் வங்கியில் சேர்ப்பிக்கப்பட்டது. தங்களது கணக்குள்ள வங்கியில், தங்களது கணக்கில் போதிய அளவுக்குத் தொகையில்லையென்பதால், 'Refer to drawer' என்று குறிப்பிட்டுத் தாங்கள் அளித்த காசோலையில் தொகையை வழங்காது அதனைத் திருப்பியுள்ளது என்ற தகவல் தங்களுக்குத் தெரிவிக்கப்படுகிறது.

ஆகையால், இந்த அறிவிப்பு கிடைக்கப்பெற்ற பதினைந்து நாட்களுக்குள் தொகை அளிப்பு இல்லாமல் திருப்பப்பட்ட மேலே குறிப்பிடப்பட்டுள்ள காசோலையில் குறிப்பிடப்பட்டுள்ள தொகை ரூ.10,000/-ஐ அளித்திட வேண்டியது. குறிப்பிடப்பட்ட கால வரையறைக்குள் தாங்கள் தொகையைச் செலுத்தத் தவறும்பட்சத்தில் உரிமையியல் நடவடிக்கை ஒருபுறமிருக்க தங்களுக்கு எதிராக மாற்றுமுறை ஆவணச் சட்டம், 1881, பிரிவு 138-இன்கீழ் குற்ற நடவடிக்கை எடுக்க நேரிடும் என்பதனை அறியவும். தாங்கள் அனைத்துவித செலவுகள் மற்றும் பின் விளைவுகளுக்குப் பொறுப்புடையவராவீர்.

இடம்:
நாள்:

(ஒப்பம்)

கேவியட் மனு தாக்கல் செய்வதிலுள்ள நடைமுறை

Filing Procedure in Caveat petition

மாவட்ட உரிமையியல் நீதிமன்றத்திலிருந்து (District Munsif Court) உயர்நீதிமன்றம் (High Court) வரையில் கேவியட் மனுப் படிவம் (Form) ஒரே மாதிரியானதாகவே இருக்கும்.

நபர் ஒருவருக்கு எதிராக, மற்றொரு நபர் மாவட்ட உரிமையியல் நீதிமன்றத்திலோ (District Munsif Court), மாவட்ட உரிமையியல் மற்றும் நீதித்துறை நடுவர் நீதிமன்றத்திலோ (District Munsif Cum Magistrate Court) சார்பு நீதிமன்றத்திலோ மாவட்ட நீதிமன்றத்திலோ, உயர்நீதிமன்றத்திலோ (High Court) தடையாணை (Stay) அல்லது உறுத்துக்கட்டளையை (Injunction) அவசரத்தன்மையுடன், அறிவிப்பு கொடுக்காமல் பெற்றிடுவதற்கு வாய்ப்புண்டு என்று கருதிடும் சூழ்நிலையில், நபர் ஒருவர் கேவியட் மனுவைத் தாக்கல் செய்யலாம்.

மேல்முறையீட்டுக் காலங்களிலும் கேவியட் மனுவைத் தாக்கல் செய்யலாம். அதற்கான வடிவமும் நடைமுறையும் இதே மாதிரியானதேயாகும்.

கேவியட் மனுவை அவசரத்தன்மையுடனோ, சாதாரண வகையிலோ தாக்கல் செய்யலாம்.

அவசரத்தன்மையுடன் தாக்கல் செய்யப்படும் கேவியட் மனுவை, அவசரத்தன்மை மனு (Emergent Petition) மற்றும் அபிடவிட்டுடன் இணைத்துத் தாக்கல் செய்தல் வேண்டும். சாதாரணமாகத் தாக்கல் செய்யப்படும் கேவியட் மனுவுக்கு அவசரத்தன்மை மனு மற்றும் அபிடவிட்டை இணைத்துத் தாக்கல் செய்ய வேண்டிய அவசியமில்லை.

கேவியட் மனுவை அவசரத்தன்மையுடன் கொடுத்தால்; மனு சரியாக இருக்கும் பட்சத்தில் நீதிமன்றத்தில் அன்றைய தினத்திலேயே எண் கொடுத்துவிடுவார்கள்.

கேவியட் மனுவை சாதாரண்மாகத் தாக்கல் செய்தால், அடுத்தடுத்த நாட்களில்தான், நீதிமன்றத்தில் எண் கொடுப்பார்கள்.

கேவியட் மனு சாதாரணமாகத் தாக்கல் செய்யப்பட்டிருக்கும்போது, அந்த மனுவில் எண் கொடுப்பதற்கு முன்னர், நபர்கள் எவரும் தமது வழக்கை அவசரத்தன்மையுடன் தாக்கல் செய்து தடையாணை அல்லது உறுத்துக்கட்டளையைப் பெற்றிடமுடியும்.

கேவியட் மனுவை நீதிமன்றத்தில் தாக்கல் செய்திடுவதற்கு முன்னர், அசல் மனுவில் மனுதாரரிடம் கையொப்பத்தையும் பெறுதல் வேண்டும். நகலில் மனுதாரரின் கையொப்பத்தைப் பெறுதல் கூடாது. நகலில் உண்மை நகல் அல்லது T.C என்று குறிப்பிட்டு மனுதாரரின் வழக்கறிஞர் மட்டும் கையொப்பமிட்டால் போதுமானதாகும். ஆனால் அசல் கேவியட் மனுவில் மனுதாரரும் வழக்கறிஞரும் கையொப்பமிடுதல் வேண்டும். கேவியட் மனுவில், ரூ.10/-க்கு நீதிமன்றக் கட்டண முத்திரைவில்லை ஒட்டப்படுதல் வேண்டும்.

கேவியட் மனுவின் நகல் ஒன்றை எதிர் மனுதாரருக்கு மனுதாரரின் வழக்கறிஞர் பதிவு அஞ்சலில் ஒப்புகை அட்டை இணைப்புடன் அனுப்பிவைத்தல் வேண்டும். பதிவு அஞ்சல் உறை மற்றும் ஒப்புகை அட்டையில் பெறுநர் முகவரியில் எதிர் மனுதாரரது முகவரியையும், அனுப்புநர் முகவரியில் மனுதாரரது வழக்கறிஞரின் முகவரியையும் குறிப்பிடுதல் வேண்டும்.

கேவியட் மனுவின் நகலை எதிர் மனுதாரருக்கு அனுப்பிவைத்த பிறகே கேவியட் அசல் மனுவை நீதிமன்றத்தில் தாக்கல் செய்தல் வேண்டும்.

கேவியட் மனு, அவசரத்தன்மையுடன் தாக்கல் செய்யப்படும்போது, அதில் கேவியட் அசல் மனு, எதிர் மனுதாரருக்குப் பதிவு அஞ்சலில் கேவியட் மனுவின் நகலை அனுப்பியதற்குச் சான்றாதாரமாகவுள்ள அஞ்சல் பற்றுச்சீட்டு (postal receipt), வழக்குரைக்கும் அதிகார ஆவணம் (Vakalat), அவசரத்தன்மை மனு (Emergent petition), அபிடவிட் ஆகியவற்றைத் திறந்த நீதிமன்றத்தில் (Open Court-இல்) நீதிபதியிடம் கொடுத்தல் வேண்டும்.

கேவியட் மனுவை சாதாரண முறையில் தாக்கல் செய்திடும்போது, கேவியட் அசல் மனு, வழக்குரைக்கும் அதிகார ஆவணம் (Vakalat), எதிர்மனுதாரருக்கு கேவியட் மனுவின் நகலை அனுப்பியதற்குச் சான்றாதாரமாயுள்ள அஞ்சல் பற்றுச்சீட்டு (Postal receipt) ஆகியவற்றை, நீதிமன்றத்தின் தலைமை எழுத்தர் (Head Clerk) அல்லது செரஸ்தாரிடம் கொடுத்தல் போதுமானதாகும்.

மனுக்கள், அபிடவிட், வழக்குரைக்கும் அதிகார ஆவணம் ஆகியவற்றின் மேலுறையில் வழக்கறிஞர் பெயர், ஊர், நீதிமன்றம், மனு விவரம் ஆகியவற்றைக் குறிப்பிடுதல் வேண்டும்.

அஞ்சல் பற்றுச்சீட்டை தனியே ஒரு வெள்ளைத்தாளில் இணைத்து, அந்த வெள்ளைத் தாளில் மேல்குறிப்பை (Docket) எழுதுதல் வேண்டும்.

கேவியட் அசல் மனுவில் ரூ. 10க்கும், வழக்குரைக்கும் அதிகார ஆவணத்தில், வழக்கறிஞர் நலநிதி முத்திரைவில்லையுடன், ரூ. 1.50 காசுகளுக்கும், அவசரத்தன்மை மனுவில் (Emergent petition) ரூ.0.75 காசுகளுக்கும் நீதிமன்றக் கட்டண முத்திரைவில்லையை ஒட்டுதல் வேண்டும். அபிடவிட்டில் நீதிமன்றக் கட்டணமுத்திரைவில்லை ஒட்ட வேண்டிய அவசியமில்லை.

கேவியட் மனுவில் வாத பிரதிவாதிகள் கேட்கப்படமாட்டாது அதனால் எதிர்மனுதாரர் கட்சியாடுகின்ற வகையில் எதிர்வுரையோ பதிலறிவிப்போ செய்ய வேண்டியதில்லை.

ஒருமுறை செய்யப்படும் கேவியட் மனு மூன்று மாதங்கள் வரையில் மட்டுமே செல்லுபடியாகும். அதன் பிறகு புதிதாகத்தான் கேவியட் மனு தாக்கல் செய்தல் வேண்டும்.

கேவியட் மனு இரண்டாவது முறையாக அல்லது அடுத்தடுத்து எத்தனை முறை தாக்கல் செய்யப்பட்டாலும், ஒவ்வொரு முறையும் பின்பற்றப்படும் அதே நடைமுறையையே பின்பற்றுதல் வேண்டும்.

கேவியட் மனு : மாதிரிப்படிவம்:

மாண்பமை சார்பு நீதிமன்ற நீதிபதி அவர்கள்,
புலவன்குடி

கேவியட் அசல் மனு எண். / 99

அரங்கன் ...... மனுதாரர் / கேவியட்டர்
(எதிர்)
சேவு ..... எதிர்மனுதாரர் / எதிர்பார்ப்பு
விண்ணப்பதாரர்

உ.வி.மு.ச. பிரிவு 148-அ-இன்கீழ் மனுதாரர்/கேவியட்டரால் தாக்கல் செய்யப்பட்ட மனு.

I மனுதாரர் : (விவரம்)
பணியிட முகவரி:

II எதிர்மனுதாரர் : (விவரம்)

III. சொத்து விவரத்தில் குறிப்பிடப்பட்டுள்ள சொத்துக்கள் 15 ஆண்டு காலங்களாக மனுதாரர்/கேவியட்டரின் குத்தகை சாகுபடியில் இருந்து வருகிறது. எதிர்மனுதாரர்/எதிர்பார்ப்பு விண்ணப்பதாரர் இந்த உண்மைத் தன்மையை மூடி மறைத்து, மாண்பமை நீதிமன்றத்தில் பொய்யான காரணங்களின் அடிப்படையில் ஒருதலைசார்பான உறுத்துக் கட்டளையைப் பெற வழக்கு தாக்கல் செய்ய முயற்சித்து வருகிறார். மாண்பமை நீதிமன்றம் ஒருதலைசார்பான தீர்ப்பாணை எதையேனும் பிறப்பிக்குமேயாயின் அதனால் மனுதாரர்/கேவியட்டர் சொல்லொண்ணாத் துயருக்கும் ஈடுசெய்ய முடியா இழப்புக்கும் ஆளாவார். அதன் பொருட்டு மனுதாரர் கேவியட்டர் இந்த கேவியட் மனுவை, மாண்பமை நீதிமன்றத்தில் மிகவும் பணிந்து தாக்கல் செய்துள்ளார்.

IV. நிர்ணயம் செய்யப்பட்ட நீதிமன்றக் கட்டணம் ரூ. 10/- தமிழ்நாடு நீதிமன்றக் கட்டணச் சட்டம், பிரிவு 18 அட்டவணை 2- இன்கீழ் செலுத்தப்பட்டது.

V. எதிர்மனுதாரர் / எதிர்பார்ப்பு விண்ணப்பதாரருக்குக் கேவியட் அறிவிப்பு ஒப்புதல் அட்டையுடன் கூடிய அஞ்சலில் அனுப்பப்பெற்றுள்ளது. அஞ்சலகப் பற்றுச்சீட்டு இத்துடன் இணைக்கப்பட்டுள்ளது.

VI. கேவியட் மனுதாரருக்கு அறிவிப்பு எதுவும் செய்யாமல், மேலே குறிப்பிடப்பட்டுள்ள விவகாரங்களில் எந்தவித செயற்பாடும் செய்திடுதலென்பது கூடாது.

VII. ஆகையால் மாண்பமை நீதிபதி அவர்கள், கேவியட் மனுவை பதிவு செய்திடவும், அடியிற் குறிப்பிட்டுள்ள சொத்துத் தொடர்பாக எதிர்மனுதாரர் எதிர்பார்ப்பு விண்ணபதாரர், மனுதாரர் / கேவியட்டருக்கு எதிராக வழக்கு எதுவும் தொடுத்திடச் செய்யின், அது தொடர்பான அறிவிப்பை மனுதாரர் / கேவியட்டாருக்குத் தெரிவித்திடவும், தக்கதெனக் கருதும் பிற ஆணைகளை வழங்கிடவும் இதன் மூலம் மிகவும் பணிவன்புடன் வேண்டிக் கொள்ளப் படுகின்றார்கள்.

வழக்கறிஞர். மனுதாரர் / கேவியட்டர்.

நான் மனுதாரர்; மேலே கூறப்பட்ட செய்திகள் அனைத்தும் என் நெஞ்சமறிந்த அளவில் உண்மையென உரைத்து . . . . ஆம் நாள் புலவன் குடியில் கையொப்பமிட்டேன்.

மனுதாரர் / கேவியட்டர்.

நான் மனுதாரர்; மேலே கூறப்பட்ட செய்திகள் அனைத்தும் என் நெஞ்சமறிந்த அளவில் உண்மையென உரைத்து . . . . ஆம் நாள் புலவன் குடியில் கையொப்பமிட்டேன்.

மனுதாரர் / கேவியட்டர்.

சிறப்பு அதிகார ஆவணம்
(Special Power Deed)

மாதிரிப்படிவம்

1999-ஆம் ஆண்டு, ஆகஸ்டு மாதம், 9-ந் தேதி, திருவாரூர் மாவட்டம், நீடாமங்கலம் வட்டம், புள்ளவராயர் குடிக்காடு கிராமத்தில் இருக்கும் திரு. அரங்கன் அவர்கள் மகன் முல்லைவேந்தன் அவர்களுக்கு,

சென்னை மேற்கு அண்ணா நகர், சாந்தி காலனி 2070 எண் வீட்டில் வசித்துவரும் திரு. முருகன் அவர்கள் மனைவி வீட்டுக்குடித்தனம் எழிலரசி ஆகிய நான் எழுதிக்கொடுத்த சிறப்பு அதிகார ஆவணம் என்னவென்றால்,

என் சொந்த உழைப்பால் தேடிய தொகையைக் கொண்டு என் பெயரில் சுத்தக் கிரய சாசனம் பெற்று அது முறைப்படி புள்ளவராயன் குடிக்காடு மாவட்டப் பதிவகத்தில் 1வது புத்தகம், 2318 தொகுதி, 425 முதல் 428 வரையுள்ள பக்கங்களில் ஆவண எண். 1434/89, தேதி 26.12.89-இல் பதிவு செய்து வாங்கியுள்ள அடியில் விவரிக்கப்பட்ட புஞ்சை காலிமனையை என்னால் நேரிடையாக பராமரிக்க முடியாத காரணத்தால், ஷை சொத்தை பராமரித்து வரவும், அது தொடர்பாக எனக்கு பதில் தாங்களே சகலவிதமான உரிமையியல், குற்றவியல், பதிவுத்துறை, காவல்துறை அனைத்து விதமான நீதிமன்றங்கள் முதலானவற்றில் அபிடவிட்டுகள் தாக்கல் செய்யவும், எதிர்வுரைகள் கொடுக்கவும், வழக்கறிஞர்களை அமர்த்தி கட்சி ஆடவும், தேவை ஏற்பட்டால் மேல் முறையீடு செய்யவும், வழக்குரைக்கும் அதிகார ஆவணம் தாக்கல் செய்யவும், நீதிமன்றத்தில் தாக்கல் செய்யவும், வசப்படுத்தவும், தீர்ப்பாணை பெறவும், முழு அதிகாரம் அளிக்கிறேன். வழக்கைச் சூழ்நிலைக்கு ஏற்ற வகையில் பேசி சமரசம் செய்து கொள்ளவும் முழுஅதிகாரம் அளிக்கிறேன். உயர்நீதிமன்றத்தில் வழக்கறிஞர்களை அமர்த்தி வழக்குரைக்கும் அதிகார ஆவணம் தாக்கல் செய்யவும் கட்சி ஆடவும் முழு அதிகாரம் அளிக்கிறேன். தாங்கள் செய்யும் சகல நடவடிக்கைகளையும் நானே நேரிலிருந்து செய்ததாக ஒப்புக்கொள்கிறேன்.

சொத்து விவரம்

புள்ளவராயன் குடிக்காடு மாவட்டம், மேற்படி பதிவு மாவட்டம் தெற்குத்தோட்டம் வட்டம், லெட்சத்தோப்பு கிராமத்தில் புல எண் 318க்கு தற்போது புது சர்வேபடி 3181ஏ3ல் அடங்கிய புஞ்சை காலிமனை எண்.68, இது தென்வடல் ரோடுக்கும் கிழக்கு, மனை எண் 70க்கும் மேற்கு, மனை எண் 64க்கும் வடக்கு, கிழமேல் ரோடுக்கும் தெற்கு இதற்குட்பட்ட கிழமேல் இருபுறமும் 60அடி, தென்வடல் மேல்புறம் 80அடி, கீழ்ப்புறம் 74 அடிக்குக் கூடுதல் சதுர அடி 4620 உள்ள காலிமனை.

வரைவு தயாரித்தவர்: பாரதி, பாபநாசம், 7423/87

குறிப்பு

சிறப்பு அதிகார ஆவணத்தில் எழுதிக் கொடுப்பவரிடமும் சாட்சிகளிடமும் கையொப்பம் பெறுதல் வேண்டும்; சிறப்பு அதிகார ஆவணம் வெளி நாட்டிலுள்ள ஒருவரால் எழுதிக் கொடுக்கப்பட்டால், வெளிநாட்டிலுள்ள சாட்சிகள் மற்றும் Notary Publicயிடம் கையொப்பம் பெற்று, இந்தியாவில் அந்தந்தப் பகுதிக்குரிய R.D.Oயிடம் மேலொப்பம் பெறுதல் வேண்டும். அதற்குரிய தொகையை செலான் மூலம் கருவூலத்தில் செலுத்துதல் வேண்டும்.

பொது அதிகார ஆவணம் - மாதிரிப்படிவம் (General power deed)

2001ஆம் ஆண்டு, நவம்பர் மாதம், 13ஆம் நாள், புள்ளவராயன் குடிக்காடு மாவட்டம், மேற்படி வட்டம், மேற்படி நகரம், 19ஏ. தென்றல் தெருவில் வசித்து வரும் செழியன் மகன் வழுதி ஆகிய நான்,

மேற்படி மாவட்டம், மேற்படி வட்டம், மேலத் தெருவில் வசிக்கும் செம்பியன் மகன் சிபிச்சக்கரவர்த்தி அவர்களை, அனைத்துத் தரப்பினர் முன்னிலையில் எனது சட்டப்பூர்வமான அதிகார முகவராக நியமிக்கிறேன்.

நான் தொழில் நிமித்தமாக அவ்வப்போது வெளியூர் செல்ல வேண்டியிருக்கிறது. அதனால் நான் ஊரிலில்லாத சமயம் பார்த்து எங்கள் ஊரைச் சேர்ந்த நரிக்கண்ணன் அடியிற்கண்ட சொத்து விவரத்தில் குறிப்பிடப்பட்டுள்ள வாய்க்கால்களிலிருந்து புள்ளவராயன்

குடிக்காடு பதிவு மாவட்டம், புள்ளவராயன் குடிக்காடு புல எண்கள். 633/3; நி.உ.மே. புதிய புல எண் 680/1பி); 680/1ஏ 680/2 (நி.உ.மே. புல எண் 680/2பி); 681/2 (நி.உ.மே. புல எண் 681/2); 680/2இல் அடங்கியுள்ள எனது வயல்களுக்கு வரும் நீரைத் தடுத்தது தொடர்பாகவும் மற்றும் புல எண்கள். 678, 679 அமைந்துள்ள வாய்க்காலின் மேற்குப்புற கரையை அகற்றி, வாய்க்காலில் செம்பாதியை அவர் தமது வயலுடன் இணைத்துக் கொண்டது தொடர்பாகவும் எனது சார்பில் புள்ளவராயன் குடிக்காடு மாவட்ட உரிமையியல் மற்றும் நீதித்துறை நடுவர் நீதிமன்றத்திலும் மற்றும் வேறு நீதிமன்றங்களிலும் வழக்கிடவும், எனக்கு எதிராக நரிக்கண்ணன் அவர்கள் அடியிற்கண்ட சொத்துக்கள் தொடர்பாகவும் மேற்சொல்லப்பட்ட நிலச் சொத்துக்கள் தொடர்பாகவும் வேறு வழக்கு ஏதேனும் தொடுத்திடின் அந்த வழக்கை என் சார்பில் எதிர்கொள்ளவும் தங்களை எனது அதிகார முகவராக நியமிப்பது அவசியமாகிறது.

நான் எனது அதிகார முகவராக நியமித்துக் கொண்டிருக்கும் திருவாளர் சிபிச் சக்கரவர்த்தியாகிய தாங்கள் இதன் பின் குறிப்பிடப்படும் செயல்களை என் சார்பில் செய்து வர அதிகாரமுடையவராவீர்.

1. அடியில் சொத்து விவரத்தில் குறிப்பிடப்பட்டுள்ள சொத்துக்கள் தொடர்பாக புள்ளவராயன் குடிக்காடு மாவட்ட உரிமையியல் மற்றும் நீதித்துறை நடுவர் நீதிமன்றத்தில் நரிக்கண்ணன் மற்றும் அவரது ஆட்களுக்கு எதிராக நிரந்தர உறுத்துக்கட்டளைக்கான தீர்ப்பாணை பரிகாரமும், செயலுறுத்துக் கட்டளைக்கான பரிகாரமும் கோரி வழங்கிடவும், அந்த வழக்கின் தீர்ப்புரை, தீர்ப்பாணையில் மேல்முறையீடு செய்யவும், சீராய்வு மனு, வழக்கிடை மனு தாக்கல் செய்யவும் எதிர் வழக்காடவும், சமரசமும் இன்னபிற காரியங்களும் ஆற்றிடவும்;

2. மேற்படி நீதிமன்ற நடவடிக்கையிலும், மேல்முறையீட்டிலும் என் சார்பில் நேரிலோ வழக்கறிஞர் மூலமாகவோ முகவர் வாயிலாகவோ வாக்குமூலம் அளித்திடவும்;

மேற்கண்ட நோக்கங்களின் பொருட்டு அவசியமானதாகப் படுகிற சட்டப்படியான பொதுவான அனைத்துக் காரியங்களையும் ஆற்றவும்;

நான் எனது அதிகார முகவராகத் தங்களுக்கு அதிகாரமளிக்கிறேன். தாங்கள் ஆற்றும் அனைத்துச் செயல்களும் என்னைக் கட்டுப்படுத்துமென உறுதியளித்து, இந்த அதிகாரத்தை தங்களுக்கு அளிக்கிறேன்.

சொத்து விவரம்

முதல் இனம்:

புள்ளவராயன் குடிக்காடு பதிவு மாவட்டம், புள்ளவராயன் குடிக்காடு புல எண். 677இல் அமைந்துள்ள டீ டெய்ல்ட் கன்னி வாய்க்கால் கிழக்கு, மேற்கில் நீளம் 201.8 மீட்டர்; தெற்கில் வடக்கில் அகலம் 0.61 மீட்டர்.

நான்கெல்லை:

தியாகராசன் நன்செய் புல எண். 677க்கு - வடக்கு

எதிர்வாதி நரிக்கண்ணன் நன்செய் புல எண். 678க்கு - வடக்கு

அரசாங்க கன்னிக்கு - கிழக்கு

சின்னப்பன் நன்செய்க்கு - மேற்கு

இரண்டாவது இனம்:

புள்ளவராயன் குடிக்காடு பதிவு மாவட்டம், புள்ளவராயன் குடிக்காடு புல எண். 678, 679 தெற்கு வடக்கில் அமைந்துள்ள வாய்க்கால் நீளம் 57.02 மீட்டர்; அகலம் 0.31 மீட்டர்.

நான்கெல்லை:

எதிர்வாதி நரிக்கண்ணன் நன்செய் புல எண். 678க்கு - வடக்கு

செழியன் நன்செய் புல எண். 679க்கு - மேற்கு

செந்தமிழ் நன்செய் புல எண். 676க்கு - வடமேற்கு

தமிழழகன் நன்செய் புல எண். 680/2க்கு - தெற்கு

அடியிற்கண்ட சான்றாளர்கள் முன்னிலையில் .... ஆம் நாள் கையொப்பமிட்டேன்.

சாட்சிகள்:

1.

2.

குறிப்பு

பொதுவாக, பொது அதிகார ஆவணத்தைப் பதிவு செய்தல் வேண்டும். நீதிமன்றமும், வழக்கின் எதிர்தரப்பினரும் மறுப்பு தெரிவிக்காத நிலையில் பொது அதிகார ஆவணம் பதிவு செய்யப் படவேண்டிய அவசியமில்லை.

ஒரு நபரின் சார்பில் எத்தனை வழக்குகள் தொடுத்தாலும் அல்லது அவருக்கு எதிராக எத்தனை வழக்குகள் இருந்தாலும் ஒரு பொது அதிகார ஆவணம் போதுமானதாகும். ஒரு வழக்கில் அசல் பொது அதிகார ஆவணத்தையும், மற்றைய வழக்கில் அதன் செராக்ஸ் நகலையும் பயன்படுத்திக் கொள்ளலாம்.

பொது அதிகார ஆவணமொன்று வெளிநாட்டில் உள்ளவரால் எழுதிக் கொடுக்கப்படும்போது, அந்த நாட்டிலுள்ள இந்திய நாட்டின் தூதரகத்தில் பொது அதிகார ஆவணத்தைப் பதிவு செய்து அனுப்புதல் வேண்டும்.

உள்நாட்டில் அல்லது வெளிநாட்டில் உள்ள ஒருவருக்காக சிறப்பு அதிகார ஆவணம் அல்லது பொது அதிகார ஆவணத்தைப் பெற்று இந்திய நாட்டு நீதிமன்றத்தில் வழக்கு நடத்தும் நபர் ஒருவர், அந்த நபரின் சார்பில் தான் வழக்கு நடத்திட அனுமதித்திட வேண்டுமென நீதிமன்றத்தில் அபிடவிட்டும் மனுவும் தாக்கல் செய்து நீதிமன்றத்தின் அனுமதியைப் பெறுதல் வேண்டும்.

வறியவர் வழக்கு
(Pauper Suit)

வறியவர் யார் என்பதற்கான விளக்கத்தை, உரிமையியல் விசாரணை முறைச்சட்டம் (Civil procedure code), கட்டளை (order) 33, விதி 1-இல் குறிப்பிடுகிறது.

“போதிய பணமில்லாத காரணத்தால்” கட்டணமின்றி வறியவர் ஒருவரை வழக்கிட அனுமதித்தல் வறியவர் வழக்கு எனப்படும்.

கட்டணமின்றி வழக்கிடும் வறியவர் ஒருவருக்கு, அவர் உடுத்தியிருக்கும் உடை மற்றும் உணவருந்தும் பாத்திரங்கள் உட்பட சொத்தின் மதிப்பு ரூ.100/-க்கு மேல் இருத்தல் கூடாது.

வறியவர் வழக்கை நீதிமன்றத்தில் தாக்கல் செய்யும்போது, வழக்கு மதிப்பு ரூ.30,000/-க்கு உட்பட்டதாக இருந்தால் மாவட்ட உரிமையியல் நீதிமன்றம் (District Munsif Court), அல்லது மாவட்ட உரிமையியல் மற்றும் நீதித்துறை நடுவர் நீதிமன்றத்தில் (District Munsif cum judicial Magistrate court) தாக்கல் செய்தல் வேண்டும். வழக்கு மதிப்பு ரூ.30,000/-க்கு மேற்பட்டதாக இருந்தால் சார்பு நீதிமன்றத்தில் (Sub-court) தாக்கல் செய்தல் வேண்டும்.

வறியவர் வழக்கில், வழக்கறிஞர் பற்றிய குறிப்போ, வழக்குரைக்கும் அதிகார ஆவணமோ இல்லாமல், அதில் மனுதாரர்/வாதியின் கையொப்பத்தை மட்டும் பெற்று வழக்குரையை நீதிமன்றத்தில் தாக்கல் செய்தல் வேண்டும்.

வழக்குரையில் ரூ.1.00-க்கு நீதிமன்றக் கட்டண முத்திரைவில்லையை ஒட்டுதல் வேண்டும்.

வழக்குரையில் வழக்கு சம்பந்தப்பட்ட ஆவணங்களை இணைத்துத் தாக்கல் செய்தல் வேண்டும்.

வறியவர் வழக்கு சரியான முறையில் தாக்கல் செய்யப்பட்டுள்ளதா என்பதனைத் தலைமை எழுத்தர்/செரஸ்தாரைப் பார்த்து சரிசெய்து கொள்ளவேண்டும்.

வறியவரால் தாக்கல் செய்யப்பட்ட வழக்குரை, குறை ஏதுமின்றி, சரியானதாக இருக்கும் நிலையில், மாவட்ட உரிமையியல் நீதிமன்றம் (District Munsif Court) அல்லது மாவட்ட உரிமையியல் மற்றும் நீதித்துறை நடுவர் நீதிமன்ற, நீதிபதி மனுதாரர்/வாதியைச் சாட்சிக் கூண்டில் (Witness Box) ஏற்றி விசாரிப்பார். ஆனால் வறியவர் வழக்கு சார்பு நீதிமன்றத்தில் தாக்கல் செய்யப்படும்போது, சார்பு நீதிபதி அவ்வாறு விசாரிக்கமாட்டார்; அவருக்குப் பதிலாக மனுதாரர்-வாதியை செரஸ்தார் விசாரித்து வழக்குரையில் மனுதாரர்/வாதியின் கையொப்பத்தைப் பெறுவார். செரஸ்தாரும் கையொப்பமிடுவார். இதேபோன்று மனுதாரர்/வாதி மாவட்ட உரிமையியல் நீதிமன்றம் அல்லது மாவட்ட உரிமையியல் மற்றும் நீதித்துறை நடுவர் நீதிமன்றத்திலும் தாம் அளித்த வாக்குமூலத்தில் கையொப்பமிடுதல் வேண்டும்.

வறியவர் வழக்கில் மனுதார்/வாதி பின்வரும் வகையில் முதன் முதலில் வாக்குமூலம் (sworn statement) அளித்தல் வேண்டும்.

நான் மனுதாரர்; நான் இழப்பீடு கோரி வழக்குத் தொடுத்திருக்கிறேன். நான் வறியவர்; எனக்கு வழக்குரையில் குறிப்பிட்டுள்ள நீதிமன்றக் கட்டணத்தைச் செலுத்த வசதியில்லை. எனக்கு இந்த மனுவில் கண்ட சொத்தைத் தவிர வேறு சொத்து எதுவும் கிடையாது. நான் இரண்டு மாதத்திற்குள் எந்தவித சொத்தையும் விற்பனை செய்யவில்லை. நான் எந்தச் சொத்தையும் பொறுத்து எந்தவித ஒப்பந்தத்தையும் யாருடனும் செய்து கொள்ளவில்லை. நான் வறியவர் என்பதால், எனது வழக்கை நீதிமன்றக் கட்டணமில்லாமல் வறியவர் என்ற நிலையில் நடத்துவதற்கு அனுமதித்தல் வேண்டும்.

வறியவர் வழக்கு முதன்முதலில் தாக்கல் செய்திடும்போது, அந்த நீதிமன்றத்தில் நீதிபதி இருந்தால்தான் தாக்கல் செய்யமுடியும். நீதிபதி இல்லாததால், தலைமை எழுத்தர்/செரஸ்தாரிடம் தாக்கல் செய்தல் முடியாது.

வறியவர் வழக்கை முதன் முதலில் தாக்கல் செய்திடும்போது அவசரத்தன்மை மனு (Emergent Petition) மற்றும் அதற்குரிய அபிடவிட்டைத் தாக்கல் செய்தல் முடியாது.

வறியவர் வழக்கு முதன் முதலில் தாக்கல் செய்யப்பட்ட பிறகு, வழக்கு நீதிமன்றத்தால் திருப்பப்படும் (Formal return) அதன் பிறகு,

மனுதாரர்/வாதியின் வழக்கறிஞர், வழக்குரைக்கும் அதிகார ஆவணத்தை நீதிமன்றத்தில் தாக்கல் செய்து, நீதிமன்றத்தில் திருப்பப்பட்ட வறியவரின் வழக்குரையைப் பெற்றுக்கொள்ளுதல் வேண்டும்.

நீதிமன்றத்திலிருந்து வறியவர் வழக்கின் வழக்குரையைப் பெற்ற வழக்கறிஞர் வழக்குத் தரப்பினர்களின் முகவரிப்பட்டியல் (Address Memo/'B' Memo) வழக்குரையின் நகல்கள், பொது அறிவிப்புகள், அழைப்பாணைப் படிவங்கள், படிக்குறிப்பு (Batta memo) ஆகியவற்றை வழக்குரையுடன் இணைத்து மீண்டும் நீதி மன்றத்தில் தாக்கல் செய்தல் வேண்டும். அவ்வாறு தாக்கல் செய்யப்படுவதைத் தலைமை எழுத்தர் அல்லது செரஸ்தாரிடம் தாக்கல் செய்தலே போதுமானதாகும். அப்போது மனுதாரர்/வாதி நீதிமன்றத்திற்கு வரத்தேவையில்லை.

அவ்வாறு தாக்கல் செய்த வறியவர் வழக்கில் முதன் முதலில் P.O.P (Pauper Original Petition) என்று எண் கொடுக்கப்படும்.

P.O.P. (Pauper O.P) எண்ணில் திறந்த நீதிமன்றத்தில் விசாரணை நடக்கும். அந்த விசாரணையில் மனுதாரர்/வாதி தான் வறியவர் என்பதைச் சான்றாதாராம் காட்டி சாட்சியமளித்து மெய்ப்பித்தல் வேண்டும்.

நீதிமன்றத்தில் நிலுவையில் இருக்கும்போது வட்டாட்சியர் (Thasildar) அலுவலகத்தில் விசாரணை நடக்கும். அந்த விசாரணையிலும் மனுதாரர்-வாதி தான் வறியவர் என்பதை மெய்ப்பித்தல் வேண்டும்.

வறியவர் வழக்கு, P.O.P. நிலையில், மனுதாரர்/வாதி வறியவர் என்பதில் நீதிமன்றம் திருப்தியடைந்தால், P.O.P. ஆனது O.S.-ஆக Original suit-ஆக மாற்றம் பெற்று வழக்கு தொடர்ந்து நடைபெறும்.

வறியவர் வழக்கில், மாவட்ட ஆட்சியரையும் எதிர் மனுதாரர்/ எதிர்வாதியாகச் சேர்த்து அவருக்கும் அறிவிப்பு (Public Notice) கொடுத்தல் வேண்டும்.

நபர் ஒருவர் மேல்முறையீட்டு நீதிமன்றத்திலும் தாம் வறியவராகக் கருதப்படுதல் வேண்டும் என்று விரும்பினால், மேல்முறையீட்டு நீதிமன்றத்தில், உரிமையியல் விசாரணைமுறைச் சட்டம், கட்டளை 33, விதி 9இன்கீழ் மனு செய்து அனுமதியைப் பெறுதல் வேண்டும்.

வறியவர் வழக்கு : மாதிரிப் படிவம் 1

மாண்பமை முதன்மை சார்பு நீதிபதி அவர்கள் நீதிமன்றம் புலவன்குடி

வறியவர் வழக்கு அசல் மனு எண். /02

அன்னம் . . . . மனுதாரர்/வாதி

(எதிர்)

1. மக்கள் நல்வாழ்வுத்துறைச் செயலாளர்.

2. தலைவர், மருத்துவக்கல்லூரி
புலவன்குடி.

3. முதல்வர், மருத்துவக்கல்லூரி
புலவன்குடி

4. டாக்டர். தேன்மொழி

5. மாவட்ட ஆட்சியர் புலவன்குடி (சம்பிரதாய அடிப்படையில் வழக்குத் தரப்பினர்) எதிர்மனுதாரர்கள்/ எதிர்வாதிகள்

உ.வி.மு.ச. கட்டளை 7, விதி 1இன்கீழ் மனுதாரர் வாதியால் தாக்கல் செய்யப்பட்ட மனு/வழக்குரை.

I மனுதாரர் / வாதி : (விவரம்)

II எதிர்மனுதாரர்கள் / எதிர்வாதிகள் : (விவரம்)

III மனுதாரர் / வாதி : மிகவும் பணிந்து சமர்ப்பிக்கும் வழக்கின் விவரம் பின்வருமாறு:

(இந்தப் பகுதியில் வழக்கின் முழுவிவரத்தையும் குறிப்பிடவும்)

IV. வழக்குமூலம் 13.10.95ஆம் நாளன்று மனுதாரர்/வாதி 1,5 எதிர்மனுதாரர்கள் எதிர்வாதிகளின் பொதுவான கட்டுப்பாட்டிலும் 2,3 எதிர்மனுதாரர்களும் / எதிர்வாதிகளின் நேரிடையான கட்டுப்பாட்டிலுமுள்ள அரசினர் மருத்துவமனையில், 4 ஆம் எதிர்மனுதாரர்/எதிர்வாதியால் குடும்பக் கட்டுப்பாடு அறுவைச் சிகிச்சை செய்து கொண்ட பிறகு, அதே மருத்துவமனையில் 6.11.98ஆம் நாள் மனுதாரர்/வாதி மீண்டுமொரு குழந்தையை ஈன்றெடுத்ததையடுத்து, 6.11.98ஆம் நாள் புலவன் குடியில் எழுந்ததாகும்.

V. வழக்கு மூலம் எழுந்த இடமும், மனுதாரர் வாதி உறைவிடமும் எதிர்மனுதாரர்கள் / எதிர்வாதிகளில் 2,3,4,5 ஆகியோர் உறைவிடமும், மாண்பமை நீதிமன்ற ஆள்வரைக்கு உட்பட்டதாகையால், மாண்பமை நீதிமன்றம் இந்த வழக்கை விசாரிக்க ஆள்வரை உடையதாகவிருக்கிறது.

VI. நீதிமன்ற ஆள்வரை மற்றும் நீதிமன்றக் கட்டணத்தின் பொருட்டு வழக்கு மதிப்பு ரூ. 3,00,000/-; தமிழ்நாடு நீதிமன்றக் கட்டணச் சட்டம், 14/1955, பிரிவு 22-இன்கீழ் நீதிமன்றக் கட்டணம் ரூ. 22,500.50 காசு.

வழக்கு மதிப்புக் குறிப்பு

1. எதிர்மனுதாரர்களில் 1,2,3
எதிர்மனுதாரர்கள் எதிர்வாதிகளிடமிருந்து
கோரும் நட்டஈடு தொகை ரூ. 2,00,000.00

2. எதிர்மனுதாரர்களில் 4-ஆம்
எதிர்மனுதாரர் / எதிர்வாதியிடமிருந்து
கோரும் நட்டஈடு தொகை ரூ. 1,00,000.00

கூடுதல் ரூ. 3,00,000.00

தமிழ்நாடு நீதிமன்றக் கட்டணங்கள் மற்றும் வழக்கு மதிப்புச் சட்டம், 14/1955, பிரிவு 22-இன்கீழ் செலுத்தப்படவேண்டிய நீதிமன்றக் கட்டணம் ரூ.52,500.50 காசு.

ஆகையால், மாண்பமை நீதிபதி அவர்கள்,

அ) மனுதாரர்/வாதி நீதிமன்றக் கட்டணமின்றி வழக்கு நடத்திட அனுமதி நல்கிடவும்;

ஆ) மனுதாரர்/வாதிக்கு 1,2,3 எதிர்மனுதாரர்கள் எதிர்வாதிகள் அளித்திட வேண்டிய நட்ட ஈடு தொகை ரூ.2,00,000/-ம் மற்றும் 4-ஆம் எதிர்மனுதாரர் எதிர்வாதி அளித்திட வேண்டிய நட்ட ஈடு தொகை ரூ. 1,00,000/- ஆகியவற்றை மாதம் ஒன்றுக்கு 12%வட்டி வீதம், வழக்குரை தாக்கல் செய்யப்பட்ட நாளிலிருந்து தொகை வசூலிக்கப்படுகின்ற நாள் வரையில் 1,2,3,4 எதிர்மனுதாரர்கள் எதிர்வாதிகள் அளித்திட்ட தீர்ப்புரையும் தீர்ப்பாணையும் வழங்கிடவும்.

இ) வழக்குச் செலவுத் தொகைக்கான கட்டளையை வழங்கிடவும்.

ஈ) தக்கதெனக் கருதும் இதர பரிகாரங்களுக்கான கட்டளைகளை வழங்கிடவும், இதன்மூலம் மிகவும் பணிவன்புடன் வேண்டிக்கொள்ளப்படுகின்றார்கள்.

மனுதாரர் / வாதி.

அட்டவணை

		மதிப்பு
1. பழைய புடவைகள்	- 2	ரூ. 60.00
2. பழைய ஜாக்கெட்டுகள்	- 2	ரூ. 10.00
3. பழைய எவர்சில்வர் தட்டுகள்	- 2	ரூ. 20.00
கூடுதல்		ரூ. 90.00

நான் மனுதாரர்/வாதி; மேலே கூறப்பட்ட செய்திகள் அனைத்தும் என் நெஞ்சமறிந்த அளவில் உண்மையென உரைத்து 30.10.2000-ஆம் நாள் தஞ்சாவூரில் கையொப்பமிட்டேன்.

மனுதாரர் / வாதி.

**மாண்பமை முதன்மை சார்பு நீதிபதி
அவர்கள் நீதிமன்றம்,
புலவன்குடி**

வறியவர் வழக்கு அசல் மனு எண் /2002

மனுதாரர் / வாதி.

(எதிர்)

எதிர்மனுதாரர் / எதிர்வாதி.

உ.வி.மு.ச. கட்டளை 7, விதி 14-இன்கீழ் தாக்கல் செய்யப்பட்ட ஆவணப்பட்டியல்.

வ.எண்	நாள்	விவரம்	குறிப்பு
1.	3.10.95	அரசினர் மருத்துவ மனையில் கொடுக்கப்பட்ட சீட்டு	அசல்
2.	13.3.98	அரசினர் மருத்துவ மனையில் கொடுக்கப்பட்ட சீட்டு	அசல்

மேலே கண்ட ஆவணங்கள் இத்துடன் இணைக்கப்பட்டுள்ளன.

வழக்கறிஞர்.

வழக்குரை
(PLAINT)

நீதிமன்றத்தில் தாக்கல் செய்யப்படும் எந்த வழக்குரையாக இருந்தாலும், அதனை உரிமையியல் விசாரணைமுறைச் சட்டம் (Civil procedure code), கட்டளை (order) 7, விதி (Rule) 1-இன்கீழ்தான் தாக்கல் செய்தல் வேண்டும்.

மாவட்ட உரிமையியல் நீதிமன்றம் (District Munsif court) அல்லது மாவட்ட உரிமையியல் மற்றும் நீதித்துறை நடுவர் நீதிமன்றத்தில் (District Munsif cum Judicial Magistrate) வழக்கு மதிப்பு, ரூ.30,000/-ம் வரையிலுள்ள வழக்கைத் தாக்கல் செய்தல் வேண்டும்.

மாவட்ட நீதிமன்றம் (District court) அல்லது சார்பு நீதிமன்றத்தில் (Sub court) வழக்கு மதிப்பு, ரூ.30,000/-க்கு மேல் ரூ. 5,00,000/- மதிப்பு வரையிலுள்ள வழக்கைத் தாக்கல் செய்தல் வேண்டும். அதற்கு மேற்பட்ட மதிப்புள்ள வழக்கை உயர்நீதிமன்றத்தில் தான் தாக்கல் செய்தல் வேண்டும்.

மாநகரச் சிறுவழக்குகள் (Presidency small causes court) நீதிமன்றத்தில், வழக்கு மதிப்பு ரூ.20,000/-ம் வரையிலுள்ள வழக்கைத் தாக்கல் செய்தல் வேண்டும்.

சென்னை மாநகர உரிமையியல் நீதிமன்றத்தில் (City civil court-Chennai) வழக்கு மதிப்பு, ரூ.10,00,000/- வரையிலுள்ள வழக்கைத் தாக்கல் செய்தல் வேண்டும். வழக்கு மதிப்பு அதற்கு மேற்பட்டிருக்கும்போது வழக்கை உயர்நீதி மன்றத்தில் தாக்கல் செய்தல் வேண்டும்.

வழக்குரையில், ரூ.100/-க்கு, ரூ.7.50 காசுகள் வீதம் நீதிமன்றக் கட்டண முத்திரைத்தாளை (Indian court fee) இணைத்தல் வேண்டும்.

நீதிமன்றக் கட்டணம் கணக்கிடப்படும்போது, முதல் ரூ.100/- க்கு ரூ.8.00 என்றும் அடுத்தடுத்து வரும் ரூ.100/-க்கு ரூ.7.50 காசுகள் என்றும் கணக்கிடுதல் வேண்டும்.

நீதிமன்றக் கட்டண முத்திரைத்தாள் ஒவ்வொன்றிலும் வழக்குத் தலைப்பை (Cause title) எழுதுதல் வேண்டும்.

Non-Judicial stamp paper-ஐ நீதிமன்றக் கட்டண முத்திரைத்தாளாக இணைத்தல் கூடாது.

பாகப்பிரிவினை வழக்கைப் பொறுத்தவரையில் சொத்தின் மொத்த மதிப்பையும் கணக்கிட்டு, ரூ.100க்கு ரூ.7.50 காசுகள் என்று முத்திரைக் கட்டணம் செலுத்த வேண்டிய அவசியமில்லை. தமிழ்நாடு நீதிமன்றக் கட்டணங்கள் மற்றும் வழக்கு மதிப்புச் சட்டம் (Tamil Nadu court-Fees and Suits valuation Act, 1955) பிரிவு 37-இல் குறிப்பிட்டுள்ளபடி முத்திரைக் கட்டணம் செலுத்தினால் போதுமானதாகும்.

வழக்குரையில் வாதிகளாக எத்துணைப்பேர் குறிப்பிடப்பட்டுள்ளார்களோ அத்தனை பேரும் ஒவ்வொரு பக்கத்திலும் கையொப்பமிடுதல் வேண்டும். வழக்குரையில் வாதிகளாகக் குறிப்பிடப்பட்டுள்ளவர்களில், ஒருவாதி மற்றைய வாதிகளுக்கு அதிகாரமுகவராக (power agent) இருந்தால் அவர் மட்டும் வழக்குரையில் கையொப்ப மிட்டால் போதுமானதாகும். அதேபோன்று வாதிகளில் ஒருவர் இயற்கைக் காப்பாளராக (Natural Guardian) அல்லது வழக்குத் துணைவராக (Next friend) இருந்து மற்றைய வாதிகள் இளவர்களாக (Minors) இருந்தால், அப்போது வழக்குரையில் இயற்கைக் காப்பாளரோ அல்லது வழக்குத்துணைவரோ கையொப்பமிட்டால் போதுமானதாகும்.

வழக்குரையின் நகல்களில் வாதியோ அல்லது வாதிகளோ கையொப்பமிட வேண்டியதில்லை. வாதி அல்லது வாதிகளின் தரப்பில் வழக்கு நடத்தும் வழக்கறிஞர், உண்மை நகல் (True copy) அல்லது T.C. என்று குறிப்பிட்டு அவர் மட்டும் கையொப்பமிட்டால் போதுமானதாகும்.

வழக்குரையுடன் ஒவ்வொரு வாதிக்கும் வழக்குரையின் ஒவ்வொரு நகலை இணைத்துத் தாக்கல் செய்தல் வேண்டும்.

எதிர்வாதிகளில் (Defendants) இளவர்கள் (Minors) இருந்து அவர்கள், தந்தை அல்லது தாய் அல்லது காப்பாளரின் துணையைக்

கொண்டு வழக்கு நடத்திடுவதால். தந்தை அல்லது தாய் காப்பாளருக்கு மட்டும் வழக்குரையின் ஒரு நகலை மட்டும் வைத்தால் போதுமானதாகும்.

அரசு ஊழியர்களுக்கு எதிராக வழக்குரை தாக்கல் செய்யப்பட்டிருக்கும்போது மாவட்ட ஆட்சியரை எதிர்வாதிகளில் ஒருவராக சேர்த்தல் வேண்டும்.

அரசு ஊழியர்களுக்கு எதிரான வழக்கு அவசரத்தன்மையுடன் தாக்கல் செய்யப்பட்டால், உ.வி.மு.ச. பிரிவு 80(2) மனுவும் அபிடவிட்டும் தாக்கல் செய்தல் வேண்டும்.

வழக்குரை, உறுத்துக்கட்டளை சம்பந்தமானதாக இருந்தால், வழக்குரையுடன் அவசியம் மதிப்பீட்டுப் பட்டியல் (Valuation slip) வைத்தல் வேண்டும். மற்ற வழக்குகளிலும் மதிப்பீட்டுப் பட்டியலை வைக்கும்படி நீதிமன்றம் வலியுறுத்தினால் அப்போது மதிப்பீட்டுப் பட்டியலை வழக்குரையுடன் இணைத்தல் வேண்டும்.

வழக்குரையில்: திருத்தம் (Amedment in plaint) :

வழக்கு ஒன்றில் தீர்ப்புக்கு முன்னர், எந்தக் காலக்கட்டத்திலும் வழக்குரையில் திருத்தம் செய்யலாம்.

வழக்குரையில் திருத்தம் செய்வதற்கு அனுமதிகோரும் மனுவை, உரிமையியல் விசாரணை முறைச் சட்டம் (Civil procedure code) கட்டளை 6, விதிகள் 16,17 மற்றும் பிரிவு 15-இன்கீழ் அபிடவிட்டுடன் தாக்கல் செய்தல் வேண்டும்.

வழக்குரையின் எந்தெந்தப் பக்கத்தில், எந்தெந்தப் பத்தியில், எந்தெந்த வரியில் என்னென்ன மாற்றத்தைச் செய்ய வேண்டும் என்பதை மனுவிலும் அபிடவிட்டிலும் குறிப்பிடுதல் வேண்டும்.

வழக்குரையில் திருத்தஞ் செய்ய வாதி, எதிர்வாதிகளின் தரப்பு வாதத்தை நீதிமன்றம் கேட்ட பிறகு, தாம் திருப்தியடைந்த பிறகு வழக்குரையில் திருத்தஞ் செய்ய வாதியை நீதிமன்றம் அனுமதிக்கும்.

வழக்குரையில் திருத்தம் செய்ய வாதி அவ்வாறு அனுமதிக்கப்பட்டிருக்கும்போது, திருத்தஞ்செய்யப்பட்ட வழக்குரையையும் அதன் நகலையும் நீதிமன்றத்தில் தாக்கல் செய்தல் வேண்டும்.

திருத்தஞ்செய்யப்பட்ட வழக்குரையின் நகலை ஒவ்வொரு எதிர்வாதிக்கும் கொடுக்கவேண்டிய அவசியமில்லை. எதிர்வாதிகளின் தரப்பில் ஒரு வழக்கறிஞரோ அல்லது ஒரு வழக்கறிஞரின் அலுவலகமோ வழக்கு நடத்தினால், திருத்தஞ்செய்யப்பட்ட வழக்குரையின் ஒரே ஒரு நகலை மட்டும் கொடுத்தால் போதுமானதாகும். ஒவ்வொரு எதிர்வாதிக்கும் தனித்தனியே ஒவ்வொரு வழக்கறிஞர் வழக்கு நடத்தும்போது அவர்கள் ஒவ்வொருவருக்கும் வழக்கு நடத்தும் ஒவ்வொரு தனித்தனியே திருத்தஞ்செய்யப்பட்ட வழக்குரையின் நகலைக் கொடுத்தல் வேண்டும். அதன் பிறகு முதன்முதலில் தாக்கல் செய்த வழக்குரையில் திருத்தத்தைச் செய்தல் வேண்டும். திருத்தம் சிவப்புமையில் செய்யப்பட வேண்டும். திருத்தம் அவ்வாறு செய்யப்படும் போது "Amended as per order I.A.No. in O.S.No. dated" என்று குறிப்பிட்டு வழக்கறிஞர் கையொப்பமிடுதல் வேண்டும்.

வழக்கு ஒரு தலைப்பட்சமாக (Ex-parte) தீர்ப்பாகியிருக்கும் போது, வழக்குரையில் திருத்தஞ்செய்தால், வழக்குரையில் திருத்தஞ் செய்வதற்கான அனுமதியைக் கோரும் மனு மற்றும் அபிடவிட்டின் நகலையும் மற்றும் பொது அறிவிப்பையும் நீதிமன்றத்தின் மூலம் எதிர்வாதிக்கு அனுப்பிவைத்தல் வேண்டும். அதற்குப் படிக்குறிப்புத் தாக்கல் செய்தல் வேண்டும். அந்த நடைமுறையிலும் எதிர்வாதி முன்னிலையாகாதபோது, வழக்குரையில் திருத்தஞ் செய்திட நீதிமன்றம் அனுமதிக்கும்.

வழக்குரையில் திருத்தஞ் செய்ய வாதியின் வழக்கறிஞரை நீதிமன்றம் அனுமதித்த பின்னர், திருத்தஞ் செய்யப்பட்ட வழக்குரையின் நகல், அழைப்பாணைப் படிவங்கள், படிக்குறிப்பு ஆகியவற்றை எதிர்வாதிகளுக்கு நீதிமன்றத்தின் மூலம் அனுப்புதல் வேண்டும். அதன் பிறகு முதன்முதலில் தாக்கல் செய்த வழக்குரையின் மேலே குறிப்பிட்ட வகையில் வாதியின் வழக்கறிஞர் திருத்தஞ் செய்து கையொப்பமிடுவார்.

அதிகாரமுகவரால் தாக்கல் செய்யப்படும் வழக்குரை:

வாதியின் சார்பில் அவரது (Power agent) அதிகார முகவர் பொதுஅதிகார ஆவணமோ (General Power deed) அல்லது சிறப்பு அதிகார ஆவணமோ (Special power deed) பெற்று வழக்கைத் தாக்கல் செய்யலாம்.

பொது அதிகார ஆவணத்தைப் பதிவு செய்திடுதல் வேண்டும். சிறப்பு அதிகார ஆவணத்தைப் பதிவு செய்ய வேண்டியதில்லை.

நீதிமன்றம் மற்றும் எதிர்தரப்பினர் பதிவு செய்யப்படாத பொது அதிகார ஆவணம் அல்லது சிறப்பு அதிகார ஆவணத்தை ஏற்றுக்கொள்ள முடியாதென்று மறுப்பு தெரிவிக்கும்போது, அந்த அதிகார ஆவணங்களை அவசியம் பதிவு செய்தல் வேண்டும்.

பொது அதிகார ஆவணம் அல்லது சிறப்பு அதிகார ஆவணத்தின் மூலம் வாதி அல்லது வாதிகளின் சார்பில் வழக்கு நடத்துபவர்கள், வழக்குரையைத் தாக்கல் செய்வதற்கும், வழக்கை நடத்துவதற்கும் நீதிமன்றத்தில் அனுமதி கேட்டு, மனுவையும் அபிடவிட்டையும் வழக்குரையுடன் தாக்கல் செய்தல் வேண்டும்.

இயற்கைக் காப்பாளர், காப்பாளர், வழக்குத் துணைவரால் தாக்கல் செய்யப்படும் வழக்குரை: இளவர் (Minor) ஒருவரின் தந்தை, தாய் உயிருடன் இருக்கும்போது, முதலில் தந்தை இயற்கைக் காப்பாளர் (Natural Guardian) ஆவார்; தந்தை இல்லாதபோது தாய் இளவரின் (Minor) இயற்கைக் காப்பளராவார். வேசி ஒருத்தியின் குழந்தைகளுக்கு வேசி இயற்கைக் காப்பாளராவார்.

தந்தை, தாய் உயிருடன் இல்லாதபோது தந்தை, தாயால் நியமிக்கப்பட்ட காப்பாளர்; அல்லது நீதிமன்றத்தால் நியமிக்கப்பட்ட காப்பாளர் குழந்தைகளின் காப்பாளர்களாக இருப்பார்கள்.

குழந்தைகள் உரிமை வயதை (Major) எய்துகின்றவரையில் அவர்கள் எந்த வழக்கையும் நேரில் நடத்தமுடியாது. அவர்கள் சார்பில், அவர்களது தந்தை உயிருடன் இருந்தால் அவரும், தந்தை உயிருடன் இல்லாதபோது தாய் உயிருடன் இருந்தால் அவரும், தந்தை, தாய் இருவரும் இல்லாதபோது, குழந்தைகளின் காப்பாளரும் வழக்குத் துணைவராக இருந்து வழக்கை நடத்துதல் வேண்டும். அவர்கள் அவ்வாறு குழந்தைகள் அல்லது இளவர்களின் (Minors) சார்பில் வழக்குரையைத் தாக்கல் செய்யவும் வழக்கை நடத்தவும் நீதிமன்ற அனுமதியைக் கோரி, வழக்குரையுடன் மனு மற்றும் அபிடவிட்டைத் தாக்கல் செய்தல் வேண்டும்.

வழக்குரையில் தனது தரப்பு வாதத்தை நிலைநாட்டுவதற்குள்ள அனைத்து விவரங்களும் அடங்கியிருத்தல் வேண்டும். வழக்குரையில் குறிப்பிடப்படாத விவரங்களை வாதியோ, வாதியின் அதிகாரமுகவரோ நீதிமன்றத்தில் சாட்சியமளிக்கும்போது கூறமுடியாது; அப்படியே கூறினாலும் நீதிமன்றம் அதனைக் கவனத்தில் எடுத்துக்கொள்ளாது.

வாதியோ அல்லது எதிர்வாதியோ, நபர் ஒருவரை வழக்குச் சொத்தின் உரிமையாளர் என்று வழக்குக்கு முன்னர் ஏற்றுக்கொண்டு விட்டு, வழக்கு விசாரணையின்போது, அவர் வழக்குச் சொத்தின் உரிமையாளர் இல்லை என்று வாதிடுதல் கூடாது. அவ்வாறு ஒருவர் வாதிடுவதை, இந்தியச் சாட்சியச் சட்டம், பிரிவு 115 அனுமதிக்கவில்லை.

மதிப்பீடு பட்டியல் : மாதிரிப்படிவம்

மாவட்ட உரிமையியல் மற்றும் நீதித்துறை நடுவர் நீதிமன்றம், புள்ளவராயன் குடிக்காடு

முதலேற்பு வழக்கு எண் /2002

இராஜமாணிக்கம் . . . .வாதி

(எதிர்)

கலியமூர்த்தி . . . எதிர்வாதி

1. நீதிமன்றக் கட்டணச் சட்டம் பிரிவு, உட்பிரிவு . . 27 (சி)
2. வழக்கின் தன்மை . . நிரந்தர உறுத்துக் கட்டளைக்கான தீர்ப்பாணை கோரல்.
3. ஆண்டு வருமானம் அல்லது செலுத்தும் வாடகை . . --
4. சந்தை மதிப்பு . . --
5. நீதிமன்ற ஆள்வரை மற்றும் நீதிமன்ற கட்டணத்தின் பொருட்டு வழக்கின் மதிப்பு, இரண்டு பரிகாரங்களின் பொருட்டு . . ரூ. 800 . 00 காசு

6. தமிழ்நாடு நீதிமன்றச் சட்டம் 14/1955, பிரிவு 27(சி)இன்கீழ் முதல் பரிகாரத்தின் பொருட்டு செலுத்தப்பட்ட நீதிமன்றக் கட்டணம். . . ரூ. 30.50 காசு

7. இரண்டாவது பரிகாரத்தின் பொருட்டு செலுத்தப்பட்ட நீதிமன்றக் கட்டணம். . . ரூ. 30.50 காசு

/ஆணைப்படி/

தலைமை எழுத்தர்.

வழக்கறிஞர் வாதி

குறிப்பு

நிரந்தர உறுத்துக்கட்டளை கோரும் வழக்குரையில் மட்டும் மதிப்பீடு பட்டியல் வைத்தால் போதுமானதாகும். மற்றைய வழக்குரையிலும் மதிப்பீடு பட்டியலை நீதிமன்றம் இணைக்கச் சொன்னால், அப்போது அந்த வழக்குரையிலும் மதிப்பீடு பட்டியலை இணைத்தல் வேண்டும். அவ்வாறு தாக்கல் செய்யப்படும் மதிப்பீடு பட்டியலில் வழக்குரையில் கோரப்படும் பரிகாரம் வழக்கின் மதிப்பு அதற்குச் செலுத்தப்படும் நீதிமன்றக் கட்டணம், நீதிமன்றக் கட்டணம், தமிழ்நாடு நீதிமன்றக் கட்டணம் மற்றும் வழக்கு மதிப்புச் சட்டம், 1955 (Tamil Nadu court-Fees and suits valuation Act, 1955)-இல் எந்தப் பிரிவின்கீழ் செலுத்தப்பட்டது என்பன போன்ற அனைத்து விவரங்களையும் குறிப்பிடுதல் வேண்டும்.

மதிப்பீடு பட்டியலில் வாதி மற்றும் வாதியின் வழக்கறிஞர் கையொப்பமிடுதல் வேண்டும்.

மதிப்பீடு பட்டியலில் நகல் வைக்க வேண்டிய அவசியமில்லை மற்றும் நீதிமன்றக் கட்டண முத்திரைவில்லையும் ஒட்ட வேண்டியத்தில்லை. நீதிமன்றக் கட்டண முத்திரைத் தாளை வழக்குரைக்குமுன் வைத்து தைத்தல் வேண்டும்.

முகவரிப்பட்டியல் - மாதிரிப்படிவம்

வாதி, எதிர்வாதிகளின் பெயர் மற்றும் முகவரியடங்கிய முகவரிப்பட்டியலை ஒவ்வொரு வழக்குரையுடன் தாக்கல் செய்தல் வேண்டும். இதில் வாதியும், வாதியின் வழக்கறிஞரும் கையொப்பமிடுதல் வேண்டும். இதில் நகல் எதுவும் வைக்க வேண்டியதில்லை; மற்றும் நீதிமன்றக் கட்டண முத்திரை வில்லையும் ஒட்ட வேண்டியதில்லை.

மாவட்ட உரிமையியல் மற்றும் நீதித்துறை நடுவர் நீதிமன்றம், புள்ளவராயன் குடிக்காடு

முதலேற்பு வழக்கு எண்   /2002

ஆ. கிருட்டிணமூர்த்தி   ... வாதி

(எதிர்)

1. நாராயணன்
2. கோபால்
3. சேதுராமன்
4. காந்தன்   ... எதிர்வாதிகள்

உ.வி.மு.ச கட்டளை 6, விதி 14(அ)(1)-இன்கீழ் வாதியால் தாக்கல் செய்யப்பட்ட வழக்குத்தரப்பினர்களின் முகவரிப்பட்டியல்.

1. வாதி   .. கிருட்டிணமூர்த்தி
                     த/பெ. அழகன்,
                     40, கோயில் தெரு,
                     அம்மாபேட்டை,
                     பாபநாசம் வட்டம்,
                     தஞ்சாவூர் மாவட்டம்.

புலமை வேங்கடாசலம் எம்.ஏ.பி.எல்.,
வழக்கறிஞர்,
23/15, பூக்கார இரண்டாந்தெரு,
தஞ்சாவூர் - 613 001.

நீதிமன்றங்களும் வழக்கு நடைமுறைகளும்   128

2. எதிர்வாதிகள் .. 1. நாராயணன்
　　　　　　　　　த/பெ. சீனிவாசன்,
　　　　　　　　　68, கோயில் தெரு,
　　　　　　　　　அம்மாபேட்டை,
　　　　　　　　　பாபநாசம் வட்டம்,
　　　　　　　　　தஞ்சாவூர் மாவட்டம்.

　　　　　　　　2. கோபால்
　　　　　　　　　த/பெ. சீனிவாசன்,
　　　　　　　　　புதூர், மதுரை
　　　　　　　　　மதுரை மாவட்டம்.

　　　　　　　　3. சேதுராமன்
　　　　　　　　　த/பெ. சீனிவாசன்,
　　　　　　　　　20, தென்றல் நகர்,
　　　　　　　　　திருவண்ணாமலை.

　　　　　　　　4. காந்தன்,
　　　　　　　　　த/பெ. சீனிவாசன்,
　　　　　　　　　செக்காலை,
　　　　　　　　　காரைக்குடி,
　　　　　　　　　சிவகங்கை மாவட்டம்.

வழக்கறிஞர்   வாதி

　　　நான் வாதி; மேலே கூறப்பட்ட செய்திகள் என் நெஞ்சமறிந்த அளவில் உண்மையென உரைத்து .... ஆம் நாள் பாபநாசத்தில் கையொப்பமிட்டேன்.

                                                  வாதி

வழக்குரை-மாதிரிப்படிவம்

　　　நபர் ஒருவருக்குரிய சொத்தை மற்றொரு நபர் அல்லது நபர்கள் கைப்பற்றி வைத்திருக்கும்போது அல்லது தனது அனுபோகத்தில் வைத்திருக்கும்போது அதனை மீட்பதற்குப் பின்வரும் வகையில் வழக்குரையைத் தாக்கல் செய்தல் வேண்டும்.

மாவட்ட உரிமையியல் மற்றும் நீதித்துறை நடுவர் நீதிமன்றம், புல்வன் குடி

முதலேற்பு வழக்கு எண் /2002

செல்லம்மாள் . . . . . . வாதி

(எதிர்)

1. பானுமதி
2. முருகன் . . . . எதிர்வாதிகள்

உ.வி.மு.ச.கட்டளை 7. விதி. 1-இன் கீழ் மனுதாரர்/வாதியால் தாக்கல் செய்யப்பட்ட வழக்குரை.

I. வாதி: (விவரம்)

II. எதிர்வாதிகள்: (விவரம்)

III. வாதி மிகவும் பணிந்து சமர்ப்பிக்கும் வழக்குவிவரம் பின்வருமாறு (இந்த இடத்தில் வழக்கு விவரங்களைக் குறிப்பிடவும்)

IV. நீதிமன்றக் கட்டணத்தின் பொருட்டும். நீதிமன்ற ஆள்வரையில் பொருட்டு, வழக்கு மதிப்பு ரூ. 1200.00; ரூ.12000 /- க்கு தமிழ்நாடு நீதிமன்றக் கட்டணச் சட்டம், 14/1955. பிரிவு 25 (அ)இன்கீழ் நீதிமன்றக் கட்டணம் ரூ.90.50 காசுகள் ஆகும்.

மதிப்பீட்டு விவரம்

1. விளம்புகை மற்றும் அதன் பயனாகத் தோன்றும் விளைவுறு பரிகாரங்களின் (For Declaratory and Consequential Relief of Insunction) பொருட்டு, தீர்ப்பாணை பெறுவான் வேண்டி வழக்குச் சொத்தின் மதிப்பு . . ரூ.1200.00

தமிழ்நாடு நீதிமன்றக் கட்டணச் சட்டம் 14/1955, பிரிவு 25(அ)-ன் கீழ் செலுத்தப் பட.வேண்டிய கட்டணம் . . ரூ. 90.50

அ) ஆகையால், மாண்பமை நீதிபதி அவர்கள், வழக்கிடைச் சொத்து வாதிக்கு உரியதென விளம்புகை செய்து, அதன் தொடர்ச்சியாக வழக்கிடைச் சொத்தின் சுவாதீனத்தை எதிர்வாதிகள், மனுதாரர்/வாதிக்குக் கொடுக்கும்படியும் தவறும் பட்சத்தில் நீதிமன்றத்தின் மூலம் சுவாதீனத்தை எதிர்மனுதாரர்கள்/ எதிர்வாதிகளிடமிருந்து வாதிக்கு எடுத்துக் கொடுத்திட தீர்ப்பாணை வழங்கிடவும்,

ஆ) வழக்குச் செலவுத் தொகையின் பொருட்டு கட்டளை வழங்கிடவும்,

இ) தக்கதெனக் கருதும் இன்னபிற கட்டளைக்கான உத்தரவுகளை வழங்கிடவும் இதன்மூலம் மிகவும் பணிவன்புடன் வேண்டிக் கொள்ளப்படுகின்றார்கள்.

வழக்கறிஞர்   வாதி

நான் வாதி; மேலே கூறப்பட்ட செய்திகள் அனைத்தும் என் நெஞ்சமறிந்த அளவில் உண்மையென உரைத்து, . . . -ஆம்நாள் புலவன் குடியில் கையொப்பமிட்டேன்.

வாதி

மாவட்ட உரிமையியல் மற்றும் நீதித்துறை நடுவர் நீதிமன்றம், புலவன்குடி

செல்லம்மாள்   . . வாதி

(எதிர்)

1. பானுமதி
2. முருகன்   . . எதிர்வாதி

உ.வி.மு.ச.கட்டளை.7. விதி.14 -இன்கீழ் தாக்கல் செய்யப்பட்ட ஆவணப்பட்டியல்

வ.எண்	நாள்	விவரம்	குறிப்பு
1.	05.03.1993	பட்டா சான்றிதழ்	அசல்
2.	31.03.1995	வீட்டு வரி இரசீது	அசல்

மேலே குறிப்பிடப்பட்டுள்ள ஆவணங்கள் இத்துடன் இணைக்கப்பட்டுள்ளன.

வழக்கறிஞர்

வழக்கிடை மனுக்கள்
(Interlocutory applications)

உரிமையியல் நீதிமன்றங்களில் வழக்குரையுடன் (plaint) கூட அல்லது வழக்கு நடக்கும்போது தாக்கல் செய்யப்படும் இடைநிலை மனுக்கள், வழக்கிடை மனுக்கள் எனப்படும். உரிமையியல் நீதிமன்றத்தில் அசல் மனுக்கள் (original petitions (o.p)) தாக்கல் செய்யப்பட்டிருக்கும்போதும், நிறைவேற்று மனு (Execution petition) தாக்கல் செய்யப்பட்டிருக்கும்போதும் இதுபோன்ற வழக்கிடை மனுக்களைத் தாக்கல் செய்யலாம்.

வழக்கிடை மனு ஒவ்வொன்றையும் அபிடவிட்டுடன் இணைத்துத் தாக்கல் செய்தல் வேண்டும். அபிடவிட்டில், மனுதாரரின் கையொப்பத்தைப் பெற்று, அந்தக் கையொப்பத்தை வழக்கு நடத்தும் வழக்கறிஞரல்லாது வேறொரு வழக்கறிஞர் சான்றொப்பம் (Attestation) செய்தல் வேண்டும். அபிடவிட்டில் நீதிமன்றக் கட்டண முத்திரைவில்லை ஒட்டுதல் கூடாது. மனுவில் மட்டும்தான் நீதிமன்றக் கட்டண முத்திரைவில்லை ஒட்டுதல் வேண்டும்.

வழக்கொன்றில் வாதிகள் பலர் இருக்கும்போது, அவர்களில் ஒருவர் மட்டும் வழக்கிடை மனுவும் அபிடவிட்டும் தாக்கல் செய்தால் போதுமானதாகும். அதேபோல் வழக்கொன்றில் எதிர்வாதிகள்

(Defendants) பலர் இருக்கும்போது, அவர்களில் ஒருவர் மட்டும் வழக்கிடை மனுவும் அபிடவிட்டும் தாக்கல்செய்தால் போதுமானதாகும்.

வழக்கின் ஒவ்வொரு வாதிகளும் அல்லது ஒவ்வொரு எதிர்வாதிகளும் தனித்தனியே அபிடவிட்டும் மனுவும் தாக்கல் செய்யலாம். ஆனால் ஒரே அபிடவிட்டை அனைவரின் பெயரிலும் தயாரித்தல் கூடாது.

வழக்கில் வாதிகள் (plaintiffs) அல்லது எதிர்வாதிகளில் ஒருவர், தந்தை அல்லது தாயாக அல்லது காப்பாளராக இருக்கும் போது, தந்தை அல்லது தாய் அல்லது காப்பாளர் மனுவும் அபிடவிட்டும் தாக்கல் செய்தால் போதுமானதாகும். இளவர்கள் (minors) வாதிகள் அல்லது எதிர்வாதிகளாக இருக்கும்போது அவர்கள் வழக்கிடை மனுவைத் தாக்கல் செய்தல் கூடாது. அவர்கள் தரப்பில் அவர்களின் தந்தை அல்லது தாய் அல்லது காப்பாளர் வழக்குத் துணைவராக (Next friend) இருந்து வழக்கிடை மனுவைத் தாக்கல் செய்வார். வழக்கொன்றில் பல நபர்கள் எதிர்வாதிகளாக இருந்து அவர்களுக்கு எதிராக ஒருதலைப்பட்சமான கட்டளை (Ex-Parte order) அல்லது ஒருதலைப்பட்சமான தீர்ப்பாணை பிறப்பிக்கப்பட்டிருக்கும்போது அனைத்து எதிர்வாதியும் ஒன்றாகவோ தனித்தனியாகவோ நீக்கறவு மனுவைத் தாக்கல் செய்யலாம்.

வழக்கிடை மனுக்களில் தற்காலிக உறுத்துக் கட்டளை (Temporary Injunction) மனு மற்றும் தீர்ப்புக்கு முன்னர் பற்றுகை (Attachment before judgment) கோரி தாக்கல் செய்யப்படும் மனுவில், ரூ 2.50 காசுகளுக்கு நீதிமன்றக் கட்டண முத்திரை வில்லையை ஒட்டுதல் வேண்டும். மற்றைய மனுக்களில் 0.75 காசுகளுக்கு நீதிமன்றக் கட்டண முத்திரைவில்லை ஒட்டினால் போதுமானதாகும்.

வழக்கின் தொடக்கநிலையில் வழக்குரையுடன் (plaint) அல்லது அசல் மனுவுடன் (original petition) வழக்கிடை மனுவைத் தாக்கல் செய்யும்போது, எதிர்தரப்பின் வழக்கறிஞருக்கு அறிவிப்பு கொடுக்க வேண்டியதில்லை ஆனால் வழக்குரையோ, அசல் மனுவோ தாக்கல் செய்த பிறகு வழக்கிடை மனு தாக்கல் செய்யப்பட்டால், அதன் நகலை எதிர்தரப்பின் வழக்கறிஞருக்குக் கொடுத்து அவரிடம் மனுவின் மேல்புறத்தில் கையொப்பம் பெறுதல் வேண்டும்.

நீதிமன்றத்தில் வழக்கிடை மனு தாக்கல் செய்யப்பட்ட பிறகு அதில் எண் கொடுத்து எதிர்வுரை தாக்கல்செய்ய வாய்தா நாள் குறிப்பிடப்படும். அது குறித்து எதிர்தரப்பினருக்கு அறிவிப்புக் கொடுத்தல் வேண்டும். எதிர்தரப்பினர் எதிர்வுரை தாக்கல் செய்த பிறகு, இருதரப்பு வாதமும் கேட்கப்படும். அதன் பிறகு தீர்ப்பு உரைக்கப்படும்.

வழக்கிடை மனு நடைமுறையில் சாட்சிகளையும் விசாரிக்கலாம். மற்றும் ஆவணங்களையும் குறியீடு செய்யலாம்.

வழக்கிடை மனுவில் எண்கள், ஆங்கிலத்தில் பின்வரும் வகையில் கொடுக்கப்படும்.

I.A. No.302/2002 in O.S.No.44/2002
I.A. No.432/2002 in o.p.No.25/2002
I.A. No.722/2002 in R.c.o.P.No.4/2002

நிறைவேற்று மனுவின் நடவடிக்கையில் (In execution proceedings), வழக்கிடை மனுவில் எண்கள் ஆங்கிலத்தில் பின்வருமாறு கொடுக்கப்படும்.

E.A.No.5/2002 in E.p.No.4/02 in o.s.No.77/99.

உறுத்துக்கட்டளை (Injunction) மனு தாக்கல் செய்வதிலுள்ள நடைமுறை

தற்காலிக உறுத்துக்கட்டளை (Temporary injunction), நிரந்தர உறுத்துக்கட்டளை (permanent injunction), தடையாணை (stay order) பெறுவதற்கான மனுக்களை அவசரத்தன்மையுடன் தாக்கல் செய்திடும்போது, அதனைத் திறந்த நீதிமன்றத்தில் (open court) நீதிபதியிடம் அளித்தல் வேண்டும். நீதிபதி அந்த மனுக்களில் கையொப்பமிட்டதும், அந்த மனுக்கள், மாவட்ட உரிமையியல் நீதிமன்றம் (District Munsif's Court), அல்லது மாவட்ட உரிமையியல் மற்றும் நீதித்துறை நடுவர் நீதிமன்றத்தில் (District Munsif Cum Judicial

நீதிமன்றங்களும் வழக்கு நடைமுறைகளும்

Magistrate Court) தாக்கல் செய்யப்பட்டிருந்தால், அந்த நீதிமன்றத்தின் தலைமை எழுத்தரின் (Head Clerk) ஆய்வுக்கு வரும்; மாவட்ட நீதிமன்றம் அல்லது சார்பு நீதிமன்றமாக (Sub-Court) இருந்தால், அந்த மனு செரஸ்தாரின் ஆய்வுக்கு வரும். மனுவில் குறைபாடு ஏதுமில்லாதபோது, நீதிபதி, மனு சரியாக உள்ளதா என்பதனை பார்வையிட்டு, வழக்கில், எண் கொடுக்கச் சொல்வார். வழக்கில் எண் கொடுத்த பின்னர், மனு தாக்கல் செய்த அதே நாளில் (மாலையில்) வாதியின் தரப்பு வழக்கறிஞர் வாதம் செய்தல் (Argument) வேண்டும். வழக்கறிஞரின் வாதம் நீதிபதியைத் திருப்தி செய்திருக்கும்போது, நீதிபதி அந்த வழக்கில் தற்காலிக உறுத்துக் கட்டளை/இடைக்கால உறுத்துக்கட்டளையை வழங்குவார்.

வழக்கறிஞரின் வாதம் மற்றும் வழக்கு சம்பந்தமாகத் தாக்கல் செய்யப்பட்டுள்ள சான்றாவணங்களில் நீதிபதி திருப்தியடைந்திடாத போது, எதிர்மனுதாரருக்கு அறிவிப்புச் சார்வு செய்ய கட்டளையிடுவார்.

தற்காலிக உறுத்துக்கட்டளை, வழக்குத் தாக்கல் செய்த நாளிலேயே வழங்கப்பட்டிருக்கும்போது, எதிர் தரப்பினருக்கு அறிவிப்பைச் சார்வு செய்வதற்கு, இரண்டு மடங்கு படித்தொகை (ரூ 3.50 + ரூ 3.50 = 7.00) செலுத்துதல் வேண்டும். எதிர்தரப்பினர், ஒரே வீட்டில், ஒரே தெருவில் இருந்தால், படித்தொகையை முதல் எதிர்மனுதாரர்/எதிர்வாதிக்கு ரூ 7/-ம் மற்றையோருக்கு அதில் பாதியும் (ரூ 3.50 காசும்) நீதிமன்றக் கட்டண முத்திரைவில்லையின் மூலம் செலுத்தினால் போதுமானதாகும்.

தற்காலிக உறுத்துக்கட்டளையை முதலேற்பு வழக்கு (original suit) முடிவடையும் வரையில் உறுதி செய்திடுகின்றவரையில் (அதாவது Made absolute செய்கின்ற வரையில்) ஒவ்வொரு கேட்பு நாளிலும் (Hearing date) நீட்டித்துக் கேட்டல் வேண்டும்.

அவ்வாறு தற்காலிக உறுத்துக் கட்டளையை நீதிமன்றத்தில் நீட்டித்துக் கேட்பதற்கு,

Injunction may be extented (உறுத்துக் கட்டளையை நீட்டித்துத்தர வேண்டப்படுகிறது) என்ற சொற்றொடர்களையோ அல்லது

(Former order may be continued (முந்தைய ஆணை நீட்டித்துத்தர வேண்டப்படுகிறது) என்ற சொற்றொடர்களையோ பயன்படுத்துதல் வேண்டும்.

தடையாணை (Stay order)யைப் பொறுத்தவரையில், (தடையாணையை நீட்டித்துத்தர வேண்டப் படுகிறது) என்ற சொற்றொடர்களையோ அல்லது

Former order may be continued (முந்தைய தடையாணையை நீட்டித்துத்தர வேண்டப்படுகிறது) என்ற சொற்றொடர்களையோ பயன்படுத்துதல் வேண்டும்.

வழக்குத் தாக்கல் செய்த நாளில், நீதிபதி உறுத்துக் கட்டளை வழங்காது, எதிர்தரப்பினருக்கு அறிவிப்புச் சார்வு செய்ய கட்டளையிட்டிருக்கும்போது, எதிர்தரப்பினர் எதிர்வுரை (counter) தாக்கல் செய்த பிறகு நீதிபதி, வாதியின் தரப்பு வாதம் சரியாக இருக்கும் நிலையில் தற்காலிக உறுத்துக்கட்டளை வழங்குவார்.

தற்காலிக உறுத்துக் கட்டளையால் பாதிக்கப்பட்டவர்கள் அந்தத் தீர்ப்பை எதிர்த்து முதன்மை மாவட்ட நீதிமன்றத்தில் மேல்முறையீடு செய்யலாம். அந்த மேல்முறையீடு, உரிமையியல் பல்வகை மேல் முறையீடு (Civil Misellaneous Appeal) எனப்படும்.

நிரந்தர உறுத்துக்கட்டளைக்கான வழக்கில் பாதிக்கப்பட்ட தரப்பினர் மேல் முறையீடு (Appeal Suit) தாக்கல் செய்திடும்போது அதனுடன்கூட தடையாணை மனுவையும் (stay order petition) தாக்கல் செய்தல் வேண்டும்.

தற்காலிக உறுத்துக்கட்டளை அல்லது தடையாணை மனு தாக்கல் செய்யப்படுகின்ற காலத்தில் வழக்குத்தரப்பினருக்கு எதிராகக் கேவியட் மனு தாக்கல் செய்யப்பட்டிருந்தால் அதனை, மனுவின் மேலுறையில் குறிப்பிட்டு வழக்கறிஞர் கையொப்பமிடுதல் வேண்டும்.

கேவியட் நிலுவையிலிருக்கும்போது, தற்காலிக உறுத்துக்கட்டளை அல்லது தடையானை வழங்கப்பட மாட்டாது. எதிர்மனுதாரரிடம் எதிர்வுரை பெற்று, இருதரப்பினரின் வாதுரையையும்

கேட்டபிறகே நீதிமன்றம் தற்காலிக உறுத்துக்கட்டளையையோ தடையாணையையோ வழங்கும்.

நீதிமன்றமொன்றில் எதிர்வாதிக்கு எதிராகத் தீர்ப்பாணை (Decree) வழங்கப்பட்டிருக்கும்போது, வழக்கின் தீர்ப்பை எதிர்த்து மேல்முறையீடு செய்யவிருப்பதாக மனுவும், உண்மை உறுதிமொழி ஆவணமும் (Petition and Affidavit) தயார்செய்து, அந்தத் தீர்ப்பாணையை வழங்கிய நீதிமன்றத்தில் தாக்கல் செய்து, அந்த நீதிமன்றத்திலேயே தடையாணை பெறலாம். இந்தத் தடையாணையை, வழக்கின் இருதரப்பினரின் வாதத்தைக் கேட்ட பிறகே நீதிபதி தீர்ப்பு வழங்குவார்.

ஆணையரை நியமனம் செய்வதற்காகத் தாக்கல் செய்யப்படும் மனுவுடன் இணைத்துத் தாக்கல் செய்யப்படும் அபிடவிட்டின் மாதிரிப்படிவம்

மாண்பமை முதன்மை சார்பு நீதிபதி அவர்கள் நீதிமன்றம், புள்ளவராயன் குடிக்காடு

வழக்கிடை மனு எண். . . . . . . /2002
மேல்முறையீட்டு வழக்கு எண். 61/2002

1. அம்முவன்
2. அழகி . . மனுதாரர்கள்/மேல்முறையீட்டாளர்கள்

(எதிர்)

கண்ணன் . . எதிர்மனுதாரர்/எதிர்மேல் முறையீட்டாளர்

1-ஆம் மனுதாரர்/மேல்முறையீட்டாளரால் தாக்கல் செய்யப்பட்ட உண்மை உறுதிமொழி ஆவணம் (அபிடவிட்)

நான் உண்மையாக அளித்திட்ட உறுதிமொழி ஆவணமாவது (அபிடவிட்டாவது):

1. நான் முதல் மனுதாரர்; மேற்படி வழக்கில் முதல் மேல்முறையீட்டாளர்.

2. நான் வழக்கிடைச் சொத்தின் ஒரு பகுதியாகிய 0.55 சென்ட் நிலத்தை எனது அனுபோகத்தில் வைத்து வழக்கிற்கு முற்பட்ட காலத்திலிருந்து நாளது தேதி வரையில் சாகுபடி செய்து வருகிறேன்.

3. எதிர்மனுதாரர்/எதிர்மேல்முறையீட்டாளர் வழக்கின் இந்த உண்மைத் தன்மையை நீதிமன்றங்களில் தொடர்ந்து மூடி மறைத்து வருகிறது.

4. மேற்படி வழக்கில் மாண்பமை நீதிமன்றம் உண்மையான வகையில் நீதியை நிலைநாட்டி தெள்ளத்தெளிவானதொரு தீர்ப்பை நல்கிட வழக்கிடைச் சொத்தின் ஒரு பகுதியை (0.55 சென்ட்) 1-ஆம் மனுதாரர்-மேல்முறையீட்டாளராகிய நான் நாளது தேதிவரையில் உண்மையில் சாகுபடி செய்து வருகிறேனா என்பதனைக் கண்டறிந்திடுகின்ற வகையில் வழக்கிடைச் சொத்தில் நான் சாகுபடி செய்துள்ள பயிரினங்களை வழக்கறிஞர்-ஆணை ஒருவரை நியமித்து அவர்மூலம் கண்டறிந்திடுவது மிகவும் அவசியமாகும். மாண்பமை நீதிமன்றம் அவ்வாறு செய்யாத நிலையில் நான் சொல்லொண்ணாத் துயருக்கும் ஈடுசெய்யமுடியா இழப்புக்கும் ஆளாவேன்.

ஆகையால், மாண்பமை நீதிபதி அவர்கள், வழக்கிடைச் சொத்தில் விளைவிக்கப்பட்டுள்ள பயிரினங்களைப் பார்வையிட்டு அது சம்பந்தமாக அறிக்கையும் வரைபடமும் தாக்கல் செய்திடுகின்ற வகையில் வழக்கறிஞர் ஆணையரை நியமித்திட இதன்மூலம் வேண்டிக் கொள்ளப்படுகின்றார்கள்.

என் முன்பாக உண்மை உறுதிமொழி
செய்து கையொப்பமிட்டார்.

வழக்கறிஞர்.

ஆணையர் நியமிப்புக்கான மனு : மாதிரிப் படிவம்

மாண்பமை முதன்மை சார்பு நீதிபதி அவர்கள் நீதிமன்றம், புள்ளவராயன் குடிக்காடு

வழக்கிடை மனு எண். . . . . . /2002
மேல்முறையீட்டு வழக்கு எண். 61/2002

1. அம்மூவன்
2. அழகி   . . மனுதாரர்கள்/மேல்முறையீட்டாளர்கள்

   (எதிர்)

கண்ணன்   . . எதிர்மனுதாரர்/எதிர்மேல்முறையீட்டாளர்

உ.வி.மு.ச.கட்டளை. 26, விதி. 9-இன் கீழ் 1-ஆம் மனுதாரர்/ மேல்முறையீட்டாளரால் தாக்கல் செய்யப்பட்ட மனு

இத்துடன் இணைத்துத் தாக்கல் செய்யப்பட்டுள்ள உண்மை உறுதிமொழி ஆவணத்தில் மொழிந்திட்ட காரணங்களின் அடிப்படையில், வழக்கிடைச் சொத்தில் விளைவிக்கப்பட்டுள்ள பயிரினங்களைப் பார்வையிட்டு அது சம்பந்தமான அறிக்கையையும் வரைபடத்தையும் தாக்கல் செய்யப் பணித்திடும் வகையில் வழக்கறிஞர் - ஆணையரை நியமித்திட மாண்பமை நீதிபதி அவர்கள் இதன்மூலம் மிகவும் பணிவன்புடன் வேண்டிக் கொள்ளப்படுகின்றார்கள்.

                                           வழக்கறிஞர்

சொத்து விவரம்

குறிப்பு

வழக்கறிஞர் - ஆணையர் (Advocate - Commissioner) நியமிக்கப்படுவதற்கான மனுவையும் அபிடவிட்டையும் வழக்குரை

தாக்கல் செய்யப்படும்போதோ, அல்லது வழக்கு நிலுவையில் இருக்கும்போதோ எந்தக் காலக்கட்டத்திலும் தாக்கல் செய்யலாம். மேல்முறையீட்டுக் காலத்தில்கூட தாக்கல் செய்யலாம்.

வழக்கில் தற்காலிக உறுத்துக்கட்டளை கோரி முதன் முதலில் வழக்கு தாக்கல் செய்யப்படும்போது, எதிர்மனுதாரர்/எதிர்வாதியின் தரப்பு வாதத்தைக் கேட்காமலேயே வழக்கறிஞர்/ஆணையரை நியமிக்கலாம்.

வழக்கு நிலுவையில் இருக்கும்போது, வழக்கறிஞர்/ ஆணையரை நியமிக்கக் கோரி மனு தாக்கல் செய்தால், எதிர்தரப்பினருக்கு அறிவிப்பு கொடுத்தல் வேண்டும். அவர் அதில் எதிர்வுரை தாக்கல் செய்ய வேண்டும். எதிர்மனுதாரர், எதிர்வுரை தாக்கல் செய்யாமல் மனுவை தாக்கல் செய்தால், நீதிமன்றம் வாத, பிரதிவாதங்களைக் கேட்டு, மனுதாரரால் தாக்கல்செய்யப்பட்ட மனுவை அனுமதித்து வழக்கறிஞர்/ஆணையரை நியமிக்கும். மனு தள்ளுபடி செய்யப்பட்டால் மேல்முறையீடு செய்துகொள்ளலாம்.

வழக்கறிஞர்/ஆணையர் நியமனத்திற்கான மனுவும் அபிடவிட்டும் எந்த நீதிமன்றமாக இருந்தாலும் இதே மாதிரியில்தான் இருத்தல் வேண்டும்.

வழக்கறிஞர்/ஆணையருக்குரிய கட்டணத்தை, யார் வழக்கறிஞர்/ஆணையரை நியமிக்க மனுச்செய்தாரோ அவர் அளித்தல் வேண்டும். அந்தத் தொகையை நீதிமன்றத்தில் செலுத்தலாம்; அல்லது நீதிமன்றம் கட்டளையிட்டிருந்தால் வழக்கறிஞர்/ஆணையரிடம் நேரில் அளிக்கலாம்.

வழக்கறிஞர்/ஆணையர்க்குரிய கட்டணம் நீதிமன்றத்தில் செலுத்தப்பட்டிருந்தால், அதனை வழக்கறிஞர்/ஆணையர் தமது பணியை முடித்து அறிக்கை மற்றும் வரைபடத்தை வாரண்டுடன் நீதிமன்றத்தில் தாக்கல் செய்த பின்னரே காசோலை மூலம் பெறுதல் முடியும்.

வழக்கறிஞர்/ஆணையர், தமது அறிக்கையை உடனடியாகத்

தாக்கல் செய்யவியலாதபோது, தகுந்த காரணத்தைக் குறிப்பிட்டு, அறிக்கையைத் தாக்கல் செய்ய அவ்வப்போது காலக்கெடு கேட்டு குறிப்புரை தாக்கல் செய்யலாம்.

வழக்கறிஞர்/ஆணையர் நியமிக்கப்பட்ட பின்னர், அவரது பணியில் நீதிமன்றம் திருப்தியடையாதிருக்கும்போது, அல்லது அவர் பணியை விரைந்து முடிக்க தவறியிருக்கும்போது, வழக்கறிஞர்/ஆணையரிடம் தொகை அளிக்கப்பட்டிருந்தால் அதனைத் திரும்பச் செலுத்த கட்டளையிடுவதுடன் கூட, நீதிமன்றம் வழங்கிய வாரண்ட்டையும் திரும்ப ஒப்படைக்க நீதிமன்றம் கட்டளையிடலாம்.

வழக்கறிஞர்/ஆணையர் தமது பணியில் தேவையான சாட்சிகளை விசாரிக்கவும் அவர்களிடமிருந்து கையொப்பத்தைப் பெறவும் செய்யலாம்; மற்றும் தேவையான அலுவலர்களின் உதவிவேண்டி அவர்கள் தேவையான இடத்தில் முன்னிலையாகப் பணித்து முன்கூட்டி அறிவிப்பு கொடுக்கலாம்.

வழக்கறிஞர்/ஆணையரை, வாதி அல்லது எதிர்வாதியின் தரப்பில் யார் வேண்டுமானாலும் அவரைச் சாட்சிக் கூண்டில் ஏற்றி விசாரிக்கவும் குறுக்கு விசாரணை செய்யவும் செய்யலாம்.

எதிர்வுரை
(Counter)

வழக்குரையாக (Plaint) அல்லாமல், மனுவாக (Petition) தாக்கல் செய்யப்பட்டுள்ள ஒல்வொரு நடைமுறையிலும் எதிர்தரப்பினரால் தாக்கல் செய்யப்படும் பதிலுரைக்கு எதிர்வுரை (counter)என்று பெயர்.

எதிர்வுரைக்கு வகையங்கள் (provisions) எதுவுங்கிடையாது. அதனால், வகையங்களைக் குறிப்பிட வேண்டிய அவசியமில்லை.

எதிர்வுரையில் முத்திரைவில்லை ஒட்டப்படுதல் கூடாது.

எதிர்வுரையின் நகலை எதிர்தரப்பு வழக்கறிஞருக்குக் கொடுத்துவிட்டு, எதிர்வுரையின் அசல் மனுவில் அவரிடம் கையொப்பம் பெற்று அதனை நீதிமன்றத்தில் தாக்கல் செய்தல் வேண்டும்.

எதிர்த்தரப்பினர் பலர் இருக்கும்போது அத்தனை பேரும் எதிர்வுரையைத் தனித்தனியாகவோ அல்லது கூட்டாகவோ தயாரித்து கையொப்பமிடலாம்; அப்படியல்லாது ஒருவர் எதிர்வுரையைத் தாக்கல் செய்திட மற்ற எதிர்மனுதாரர்கள் அதனை ஏற்பதாகக் குறிப்பிடலாம். அதில் எதிர்வுரையைத் தாக்கல் செய்பவர் மட்டும் கையொப்பமிட்டால் போதுமானதாகும்.

எதிர்வழக்குரை
(Written Statement)

எதிர்வழக்குரை என்பது முதலேற்பு வழக்கில் (Original Suit -இல்) எதிர்வாதி அல்லது எதிர்வாதிகளால் (Defendants), வழக்குரைக்கு (Plaint)ப் பதிலளித்துத் தாக்கல் செய்யப்படும் பதிலுரையாகும்.

எதிர்வழக்குரையை எதிர்வாதி அல்லது எதிர்வாதிகள் உ.வி.மு.ச. (c.p.c.) கட்டளை (order) 8, விதி (Rule) 1-இன்கீழ் தாக்கல் செய்தல் வேண்டும்.

எதிர்வழக்குரையில் நீதிமன்றக் கட்டண முத்திரைவில்லை (court fee stamp) ஒட்டுதல் கூடாது.

வழக்கொன்றில் எதிர்வாதிகள் பலராக இருக்கும்போது, அவர்களில் ஒருவர் மட்டும் எதிர்வழக்குரையைத் தாக்கல் செய்தால் போதுமானதாகும். மற்றவர்கள் அந்த எதிர்வழக்குரையை ஏற்பதாகக் குறிப்பிட்டால் போதுமானதாகும். இதுபோன்று எதிர்வழக்குரையில் எதிர்வழக்குரையை யார் தாக்கல் செய்கிறாரோ அவர் மட்டும் கையொப்பமிட்டால் போதுமானதாகும். எதிர்வாதி, எதிர்வழக்குரையின் ஒவ்வொரு பக்கத்திலும் கையொப்பமிடுதல் வேண்டும்.

எதிர்வாதிகள் ஒவ்வொருவரும் தனித்தனியே எதிர்வழக்குரை தாக்கல் செய்ய விருப்பப்பட்டால், அவ்வாறு அவரவரும் தனித்தனியே எதிர்வழக்குரையைத் தாக்கல் செய்யலாம்.

எதிர்வாதிகளில், தந்தை அல்லது தாய் அல்லது காப்பாளருடன் இளவர்களும் எதிர்வாதிகளாகச் சேர்க்கப்பட்டிருந்தால், தந்தை அல்லது தாய் அல்லது காப்பாளர் தன் சார்பிலும் மற்றும்

இளவர்களின் (Minors) வழக்குத்துணைவர் (Next friend) என்ற முறையிலும், தான் மட்டும் எதிர்வழக்குரையைத் தாக்கல் செய்தால் போதுமானதாகும். எதிர்வழக்குரையில் தந்தை அல்லது தாய் அல்லது காப்பாளர் மட்டும் ஒவ்வொரு பக்கத்திலும் கையொப்பமிடுதல் வேண்டும். இளவர் (Minor) அல்லது இளவர்கள் எதிர்வழக்குரையில் கையொப்பமிடுதல் கூடாது. எதிர்வழக்குரையின் நகலில் எதிர்வாதியின் வழக்கறிஞரின் கையொப்பத்தைத் தவிர, மற்றபடி எதிர்வாதிகளின் கையொப்பங்கள் இருத்தல் கூடாது.

எதிர்வாதி அல்லது எதிர்வாதிகளின் தரப்பில் எதிர் வழக்குரை தாக்கல் செய்த பின்னர், வாதி அல்லது வாதிகளால் வழக்குரையில் (Plaint) மாற்றஞ் செய்யப்பட்டால், வாதி அல்லது வாதிகளின் தரப்பில் திருத்தஞ் செய்யப்பட்ட வழக்குரை (Amended Plaint) (APC) தாக்கல் செய்யப்பட்ட பின்னர், எதிர்வாதி அல்லது எதிர்வாதிகள் விருப்பப்பட்டால், கூடுதல் எதிர் வழக்குரையை (Additional Written Statement)த் தாக்கல் செய்யலாம்.

வழக்கெழு வினாக்கள்
(Issues)

முதலேற்பு வழக்குகளில் (original suits), வழக்குகளில் முடிவு காண்பதற்கு, வாதி, எதிர்வாதி அவரவர் தரப்பில் வழக்குச் சம்பந்தமாகக் கேள்விகளை எழுதி அவரவர் தம் வழக்கறிஞர் மூலம் தாக்கல் செய்தல் வேண்டும்.

வழக்கொன்றில் வாதி, எதிர்வாதி வழக்கெழு வினாக்களைத் தாக்கல் செய்யவில்லையெனினும், நீதிமன்றமே வழக்கெழு வினாக்களை வனைந்து கொள்ளும்.

நீதிமன்றமொன்று வழக்கெழு வினாக்களை வனைந்து கொண்ட பிறகு, வழக்கு விசாரணைக்கு வரும்.

நீதிமன்றமொன்று வழக்குகளை மாதாந்திரப் பட்டியலில் இட்ட பிறகுதான் விசாரிக்க வேண்டுமென்ற அவசியமில்லை. பட்டியலில் போடாமலும் விசாரிக்கலாம்.

சில வழக்குகளைச் சிறப்புப் பட்டியலில் இட்டும் நீதிமன்றம் விசாரிக்கலாம்.

வழக்குகள் எதையும் சிறப்புப் பட்டியலில் இட்டு விசாரித்திட வழக்குத்தரப்பினர் விரும்பும்போது, அதற்கு அவர் மனுவும் அபிடவிட்டும் தாக்கல் செய்தல் வேண்டும். அது தொடர்பாக எதிர்தரப்பினருக்கு அறிவிப்புக் கொடுத்தல் வேண்டும்.

வழக்கொன்றைச் சிறப்புப் பட்டியலில் இடுவதற்கு எதிர்தரப்பினர் எதிர்ப்பு தெரிவித்தால், அவர் எதிர்வுரை தாக்கல் செய்தல் வேண்டும்.

எதிர்தரப்பினர் எதிர்வுரை தாக்கல் செய்தபின்னர், நீதிமன்றம், வாதி, எதிர்வாதியின் தரப்பினரின் வாத, பிரதிவாதங்களைக் கேட்ட பின்னர், தமக்குத் திருப்திகரமாகத் தோன்றும் சூழ்நிலையில் வழக்கைச் சிறப்புப் பட்டியலில் இட்டு விசாரிக்கும்.

வழக்குத் செலவுத்தொகைப் பட்டியல்
(Cost List)

வழக்கொன்று செலவுத்தொகையுடன் அனுமதிக்கப் பட்டிருக்கும்போது அல்லது தள்ளுபடி செய்யப்பட்டிருக்கும் போது, வழக்கில் தீர்ப்பு சொல்லிய தேதியிலிருந்து 10 நாட்களுக்குள் செலவுத்தொகைப் பட்டியலை வாதி, எதிர்வாதிகளின் தரப்பினர் தாக்கல் செய்தல் வேண்டும்.

வாதியின் தரப்பில் வழக்குச் செலவுத்தொகைப் பட்டியலைத் தயாரித்து அளிக்கும்போது வழக்கு சம்பந்தமாகத் தமது தரப்பில் ஏற்பட்ட செலவை மட்டும் குறிப்பிட்டு, வாதியின் வழக்கறிஞர் பட்டியலைத் தாக்கல் செய்தல் வேண்டும்.

எதிர்வாதியின் தரப்பில் வழக்குச் செலவுத் தொகைப் பட்டியலைத் தயாரித்து அளிக்கும்போது, வழக்குச் சம்பந்தமாக எதிர்வாதியின் தரப்பில் ஏற்பட்ட செலவை மட்டும் குறிப்பிட்டு, எதிர்வாதியின் வழக்கறிஞர் பட்டியலைத் தாக்கல் செய்தல் வேண்டும்.

வழக்குச் செலவுத்தொகைப் பட்டியலில், நீதிமன்றத்திற்கு வந்து சென்ற செலவு, வழக்கறிஞருக்குச் சட்டப்படி குறிப்பிடப்பட்ட கட்டணத்தைவிட கூடுதலாகக் கொடுக்கப்பட்ட கட்டணம் ஆகிய

இவற்றைக் குறிப்பிடுதல் முடியாது. இத்துடன் இணைக்கப்பட்டுள்ள பட்டியலில் குறிப்பிடப்பட்டுள்ள செலவுத் தொகை போன்றவைகளை மட்டுமே கோர முடியும்.

வழக்குச் செலவுத் தொகைப் பட்டியலை உரிய காலத்திற்குள் தாக்கல் செய்யாதபோது, கால தாமத மன்னிப்பு மனு மற்றும் அப்ிடவிட்டுடன அதனைத் தாக்கல் செய்யலாம்.

வாதியால் தாக்கல் செய்யப்படும் வழக்குச் செலவுத்தொகைப் பட்டியல் - மாதிரிப் படிவம்

மாண்பமை மாவட்ட உரிமையியல் நீதிமன்றம், புள்ளவராயன் குடிக்காடு

முதலேற்பு வழக்கு எண். 44/2002

நன்னன் . . . . வாதி

(எதிர்)

எழிலரசன் . . . . எதிர்வாதி

வாதியால் தாக்கல் செய்யப்பட்ட வழக்குச் செலவுத் தொகைப் பட்டியல்

வரிசை எண்	விபரம்	செலவுத்தொகை ரூ	காசுகள்
1	வழக்குரைக்கு முத்திரைக்கட்டணம்		
2	விண்ணப்பத்திற்கு, மேற்படி		
3	வழக்குரைக்கும் அதிகார ஆவணம் (வக்காலத்து) கட்டணம்		

4	ஆதரவுகளுக்குக் கட்டணம்	
5	வழக்கறிஞர் கட்டணம்	
6	மொழிபெயர்ப்புக் கட்டணம்	
7	சாட்சிகளுக்குப் படிச்செலவு	
8	ஆணையர் கட்டணம்	
9	கட்டளைச் சார்புக் கட்டணம்	
10	பொது ஆவணங்களை வரவழைப்பதற்குச் செலவு	
11	நீதிமன்றத்தால் உத்தரவுசெய்யப்பட்ட அட்ஜஸ்ட்மெண்டு செலவுத்தொகை	
12	இடையில் கொடுக்கப்பட்ட மனுக்களின் செலவுத்தொகை	
13	தீர்ப்பாணை நகல் செலவுத்தொகை	
14	தீர்ப்புரை அச்சிட்ட செலவும் முத்திரையும்	
15	நீதிமுறைக் கட்டளைக் கட்டணம்	
16	சாட்சி ஜாப்தா முத்திரைவில்லை	
17	ஆதரவு ஜாப்தா முத்திரைவில்லை	
18	பதிவு அஞ்சல் அறிவிப்புச் செலவு	
19	சீட்ட பறாதம்	
20	விளம்பரச் செலவு	

21 காப்பாளர் கட்டணம்

22 வழக்கு தயாரிப்புச் செலவு

23 வழக்கறிஞரின் பதிவு அஞ்சல் அறிவிப்பு

24 இளைய வழக்கறிஞர் கட்டணம்

மொத்தம்

வழக்கறிஞர்

மேற்படி எண்ணில் வழக்கறிஞர் கட்டணமாக ரூ. . . . . . . பெற்றுக்கொண்டேன் என்பதனை இதன் மூலம் தெரிவித்துக் கொள்கிறேன்

வழக்கறிஞர்

தீர்ப்பாணை
(Decree)

வழக்கொன்றில் தீர்ப்புரைக்கப்பட்ட பின்னர், தீர்ப்பாணை தயாரிக்கப்படுகிறது.

வழக்கொன்றில் தீர்ப்பாணை மற்றும், தீர்ப்புரையின் நகல்கள் வழங்கப்பட்ட பிறகே மேல்முறையீடு செய்தல் முடியும்.

தீர்ப்பாணை மற்றும் தீர்ப்புரையின் நகல்தள் எந்தத் தேதியில் தயாராகியுள்ளதோ அந்தத் தேதியிலிருந்து தான் மேல்முறையீடு செய்வதற்கான காலவரையறை தொடங்கும்.

முதலேற்பு வழக்கு (original suit), அசல் மனு (original petition), இது போன்றவற்றில் வழங்கப்படுவது தீர்ப்பாணை (Decree) எனப்படும். வழக்கிடை மனுவில் (I.A. இல்) வழங்கப்படும் தீர்ப்பு Decretal order எனப்படும். தீர்ப்புரை Fair order எனப்படும்.

வாதி, எதிர்வாதி ஒரே நபராக இருந்து, அவர்களுக்கிடையில் ஒரே தன்மையதான வழக்குகள் பல இருந்து, அவைகள் அனைத்தையும் ஒருசேர விசாரித்து பொதுவான தீர்ப்புரை (Common Judgment) வழங்கியிருந்தபோதிலும், ஒவ்வொரு வழக்கிலும் தனித்தனியே மேல்முறையீட்டைத் தாக்கல் செய்தல் வேண்டும். ஒவ்வொரு மேல்முறையீட்டிலும் சான்றிட்ட தீர்ப்புரை நகலையும் (Certified Judgement copy) சான்றிட்ட தீர்ப்பாணை (Certified Decree Copy) நகலையும் வைத்தல் வேண்டும்.

தீர்ப்பாணையில் திருத்தம் **(Amendment in decree):** தீர்ப்புரை அல்லது தீர்ப்பாணையில் தவறுகள் ஏதேனுமிருந்தால், அதில் திருத்தத்தைச் செய்துகொடுத்திட, உ.வி.மு.ச. (C.P.C) , பிரிவு 152-இன்கீழ் மனுவும் அபிடவிட்டும் நீதிமன்றத்தில் தாக்கல்செய்யப்படுதல் வேண்டும். அதிலும் எதிர்தரப்பினருக்கு அறிவிப்பு கொடுத்தல் வேண்டும். எதிர்தரப்பினர் மறுப்பு தெரிவித்தால், நீதிமன்றம், வாத, பிரதிவாதங்களைக் கேட்டு, திருப்திபடுகின்ற நிலையில் மனுவை அனுமதித்துத் தீர்ப்புரை அல்லது தீர்ப்பாணையில் திருத்தத்தைச் செய்துகொடுக்கும்.

மேல்முறையீடு
(Appeal)

உரிமையியல் வழக்கில் (in civil suit) மேல் முறையீடு தாக்கல் செய்திடும்போது, ஒவ்வொரு எதிர் மேல்முறையீட்டாளருக்கும் (Respondent) நகல் வைத்தல் வேண்டும். மேல்முறையீட்டு மனு மற்றும் அதன் நகல்களில் வழக்கறிஞரின் கையொப்பத்தை மட்டும் இட்டால் போதுமானதாகும்.

மேல்முறையீட்டின்போது, கீழமை நீதிமன்றத்தில் (in lower court) வாதி எவ்வளவு முத்திரைக் கட்டணம் செலுத்தியுள்ளாரோ அதே முத்திரைக் கட்டணத்தை எதிர்வாதி செலுத்துதல் வேண்டும். மேல் முறையீட்டு நீதிமன்றம் வழக்குச் செலவுத் தொகையை (cost) செலுத்துவதற்குக் கட்டளையிட்டிருக்கும்போது மேல்முறையீட்டாளர் அந்தத் தொகையைச் செலுத்துதல் வேண்டும்.

மேல்முறையீட்டில், தடையாணை (stay order) வேண்டினால், அதன்பொருட்டுத் தனியே மனுவையும் அபிடவிட்டையும் தாக்கல் செய்தல் வேண்டும்.

மேல்முறையீட்டில் சான்றிட்ட தீர்ப்புரை நகல் மற்றும் சான்றிட்ட தீர்ப்பாணை நகலைத் தாக்கல் செய்தல் வேண்டும். தீர்ப்புரையில், ரூ 1/-க்கும், தீர்ப்பாணையில், ரூ 1.50 காசுகளுக்கும் நீதிமன்றக் கட்டண முத்திரைவில்லை ஒட்டுதல் வேண்டும்.

தீர்ப்புரையில் நான்கு செராக்ஸ் நகல்களை இணைத்துத் தாக்கல் செய்தல் வேண்டும்.

பல வழக்குகளை ஒன்று சேர்த்து பொதுவான வகையில் தீர்ப்பு வழங்கப்பட்டிருந்தால், ஒவ்வொரு வழக்குக்கும் தனித்தனியே மேல்முறையீட்டைத் தாக்கல் செய்தல் வேண்டும். ஒவ்வொரு மேல் முறையீட்டிலும் தனித்தனியே சான்றிட்ட தீர்ப்புரை நகலும், சான்றிட்ட தீர்ப்பாணை நகலும் மற்றும் முறைப்படி வைக்க வேண்டிய அனைத்து ஆவணங்களையும் படிவங்களையும் வைத்தல் வேண்டும்.

முதலேற்பு வழக்கில் மேல்முறையீடு செய்யப்படும்போது A.S.No. என்று எண் கொடுக்கப்படும். மற்றையவற்றில் மேல்முறையீடு செய்யப்படும்போது CMA.No. என்று எண் கொடுக்கப்படும்.

மேல்முறையீட்டு மனு : மாதிரிப்படிவம்

மாண்பமை முதன்மை சார்பு நீதிபதி அவர்கள் நீதிமன்றம், புள்ளவராயன் குடிக்காடு

மேல்முறையீட்டு வழக்கு எண்.   /2002

(Appeal Suit No.)   /2002

அம்மூவன் .. மேல்முறையீட்டாளர்/வாதி

(எதிர்)

அழகன் .. எதிர்மேல்முறையீட்டாளர்/எதிர்வாதி

மாண்பமை புலவன்குடி மாவட்ட உரிமையியல் மற்றும் நீதித்துறை நடுவர் நீதிமன்றம், அசல் வழக்கு எண். 17/96-இல் 25.4.2001-ஆம் நாளில் வழங்கிய தீர்ப்புரையையும், தீர்ப்பாணையையும் எதிர்த்தெழும் மேல்முறையீடு.

இடையில்

அம்மூவன் .. வாதி

(எதிர்)

1. அழகன்
2. எழிலன் .. எதிர்வாதிகள்

1. மேல்முறையீட்டாளர் : (விவரம்)

அம்மூவன் த/பெ நாதன், வயது 47 இந்து, இந்தியன்,

குடியிருப்பு: மாண்பமை புலவன்குடி மாவட்ட உரிமையியல் நீதிமன்ற ஆள்வரைக்கு உட்பட்ட, புலவன்குடி மாவட்டம், மேற்படி வட்டம், மேற்படி நகர் மேட்டுத் தெருவில் மேல்முறையீட்டாளர் வசித்து வருகிறார்.

பணியிட முகவரி : . . . .

2. எதிர்மேல்முறையீட்டாளர் : (விவரம்)

அழகன் த/பெ. நாதன், வயது 57, இந்து, இந்தியன்,

குடியிருப்பு: மாண்பமை புலவன்குடி மாவட்ட உரிமையியல் நீதிமன்ற ஆள்வரைக்கு உட்பட்ட, புலவன்குடி மாவட்டம், மேற்படி வட்டம், மேற்படி நகர் தெற்கு தெருவில் எதிர்மேல்முறையீட்டாளர் வசித்து வருகிறார்.

மேல்முறையீட்டாளர், உ.வி.மு.ச. கட்டளை. 41, விதி.1 மற்றும் பிரிவு; 96-இன் கீழ் இந்த மேல்முறையீட்டு விவரக் குறிப்பை மிகவும் பணிந்து சமர்ப்பிக்கிறார். மாண்பமை புலவன்குடி மாவட்ட உரிமையியல் மற்றும் நீதித்துறை நடுவர் நீதிமன்றம், அசல் வழக்கு எண். 17/96-இல் 25.4.2001-ஆம் நாளில் வழங்கிய தீர்ப்புரையையும் தீர்ப்பாணையையும், பின்வரும் மேல்முறையீட்டு விவரக் குறிப்பில் சுட்டிக் காட்டப்பட்டுள்ள காரணங்களின் அடிப்படையில் மாண்பமை நீதிபதி அவர்கள் நீக்கறவு செய்திட இதன்மூலம் மிகவும் பணிவன்புடன் வேண்டிக் கொள்ளப்படுகின்றார்கள்.

மேல்முறையீட்டு விவரங்கள்
(Grounds of Appeal)

1. கீழமை நீதிமன்றத் தீர்ப்பும் தீர்ப்பாணையும் சட்டத்திற்கும் சாட்சியத் தகைமைக்கும் உண்மைச் சம்பவத்திற்கும் முரணானதாகும்.

2. வழக்கிடைச் சொத்தான 0.55 செண்ட் நிலச் சொத்தை வாதி இந்த வழக்கு தாக்கல் செய்யப்படுவதற்குப் பல ஆண்டுகளுக்கு முன்னதாகக் குத்தகைக்குச் சாகுபடி செய்து வந்தார்.

3. வழக்கிடைச் சொத்து தொடர்ந்து வாதியின் குத்தகையில் இருந்து வருவது தொடர்பாக, வாதியுடன்கூட வாதியின் தரப்பில், முன்னிலையாகிய சான்றாளர்கள், 2,3,4,5,6-ஆகியோர் சாட்சியமளித்திருப்பதுடன் சான்றாவணங்கள் மூலமும் மெய்ப்பிக்கப்பட்டுள்ளன.

(மேலும் விவரங்களைக் குறிப்பிடவும்)

இந்த மேல்முறையீடு உரிய காலவரையறைக்குள் தாக்கல் செய்யப்பட்டுள்ளது. நீதிமன்றக் கட்டணம் மற்றும் ஆள்வரையின் பொருட்டு வழக்கு மதிப்பு, ரூ.400.00 நீதிமன்றக் கட்டணம், ரூ.30.50 காசு, தமிழ்நாடு நீதிமன்றக் கட்டணம் மற்றும் வழக்கு மதிப்பீடு சட்டம் 14/1955, பிரிவு 27 (சி) r/w52 - இன் கீழ் செலுத்தப்பட்டது.

ஆகையால், மாண்பமை நீதிபதி அவர்கள், மாண்பமை புலவன்குடி மாவட்ட உரிமையியல் மற்றும் நீதித்துறை நடுவர் நீதிமன்ற

அசல் வழக்கு எண். 17/96-இல் 25.4.2001-ஆம் நாளில் வழக்கை தள்ளுபடி செய்து பிறப்பித்த தீர்ப்பையும் தீர்ப்பாணையையும் நீக்கறவு செய்திட இதன்மூலம் மிகவும் பணிவன்புடன் வேண்டிக் கொள்ளப்படுகின்றார்கள்.

மதிப்பீட்டு விபரம்

நிரந்தர உறுத்துக் கட்டளைக்கான தீர்ப்பாணை கோரும் பரிகாரத்தின் பொருட்டு, வழக்கு மதிப்பு ரூ.400.00; தமிழ்நாடு நீதிமன்றக் கட்டணம் மற்றும் வழக்கு மதிப்பீடு சட்டம் 14/1955, பிரிவு 27 (சி) r/w52-இன்கீழ் ரூ.30.50 காசுகள் செலுத்தப்பட்டது.

வழக்கறிஞர்

நிறைவேற்று மனு
(Execution Petition)

வழக்கொன்றில் தீர்ப்பாணை வழங்கிய பிறகு, அது தொடர்பாக மேல்முறையீடு செய்யப்படாமல் இருந்தாலோ அல்லது மேல்முறையீடு செய்யப்பட்டு தடையாணை பெறாமல் இருந்தாலோ அல்லது மேல்முறையீடு எதிர்வாதிக்கு அல்லது எதிர்மனுதாரருக்குப் பாதகமாக முடிந்திருந்தாலோ நிறைவேற்று மனுவைத் தாக்கல் செய்யலாம்.

எதிர்வாதி/எதிர்மனுதாரர்/ தீர்ப்புக் கடனாளியின் சொத்து எங்கு உள்ளதோ அல்லது அவர் எங்குப் பணியில் இருக்கிறாரோ, அல்லது எங்குக் குடியிருக்கிறாரோ. அல்லது நிரந்தரக் குடியிருப்பைக் கொண்டிருக்கிறாரோ அந்தப் பகுதிக்குரிய நீதிமன்றத்தில் நிறைவேற்று மனுவைத் தாக்கல் செய்தல் வேண்டும்.

தீர்ப்பாணையை (Decree) எந்த நீதிமன்றம் பிறப்பித்ததோ அதே அதிகாரநிலையிலுள்ள நீதிமன்றத்திலேயே நிறைவேற்று மனுவைத் தாக்கல் செய்தல் வேண்டும். வெளியூர் நீதிமன்றம் ஒன்று வழங்கிய தீர்ப்பாணையைக் கொண்டு எந்த நீதிமன்றத்தில் நிறைவேற்றுமனு தாக்கல் செய்யவிருக்கிறோமோ அந்த நீதிமன்றத்திற்குத் தீர்ப்பாணையை அனுப்பும்படி வெளியூர் நீதிமன்றத்தில் மனுத்தாக்கல் செய்து உத்தரவைப் பெறுதல் வேண்டும்.

நிலத்தை சுவாதீனம் எடுத்துக்கொடுப்பதற்கோ, சம்பளத்தைப் பற்றுகை செய்வதற்கோ, தொகையை அளிக்காத நபர் ஒருவரைச் சிறைக்கு அனுப்புவதற்கோ, சொத்தை வசப்படுத்துவதில் எதிர்வாதி இடைஞ்சலை ஏற்படுத்தும்போது அவரைச் சிறையில் அடைப்பதற்கோ, வீட்டு உபயோகப் பொருள்களைத் தவிர மற்ற அசைவியல் பொருள்களைப் பற்றுகை செய்வதற்கோ, கணவன், மனைவி சேர்ந்து வாழ்வதற்கோ இன்ன பிற காரணங்களுக்கோ நிறைவேற்று மனுவைத் தாக்கல் செய்யலாம்.

கணவன், மனைவி சேர்ந்து வாழ நீதிமன்றம் ஒன்று தீர்ப்பாணை வழங்கியிருக்கும்போது, அவர்கள் இருவரும் சேர்ந்து வாழ்தல் வேண்டும். அவர்கள் அவ்வாறு சேர்ந்து வாழாதபோது நிறைவேற்று நடவடிக்கையில் அசையும் அல்லது அசையாநிலைச் சொத்தைப் பற்றுகை செய்த தொகையைத்தான் அளிக்கமுடியும்.

நிறைவேற்று மனுவின் பேரில் நடவடிக்கை நடந்து கொண்டிருக்கும்போது, நிறைவேற்று மனுவின் மீதான நடவடிக்கையைத் தொடராதிருக்க அதே நீதிமன்றத்திலும் தடை யாணையைப் பெறலாம். அது சம்பந்தமான மாதிரிப்படிவமும் இத்துடன் இணைக்கப்பட்டுள்ளது.

சில வழக்குகளில் சில நபர்களுக்குள்ள உரிமையை மூடிமறைத்துத் தீர்ப்பாணை பெறப்பட்டு நிறைவேற்று நடவடிக்கை மேற்கொள்ளப்பட்டிருக்கும்போது, அதில் அவர்கள் தமது உரிமையை நிலைநாட்டுகின்ற வகையில், உ.வி.மு.ச. பிரிவுகள் 47, 151-இன்கீழ் மனுத்தாக்கல் செய்து, தனது தரப்புநிலை முடிவடைகின்ற வரையில், நிறைவேற்று நடவடிக்கையை நிறுத்திவைத்திடக் கோரலாம். அது சம்பந்தமான மனுவின் மாதிரியும் இத்துடன் இணைக்கப்பட்டுள்ளது.

நிறைவேற்று மனுமீதான நடவடிக்கையில், விருப்பப்பட்டால், வழக்குத்தரப்பினர்கள் சாட்சிகளை விசாரிக்கலாம்.

நிறைவேற்று மனுமீதான நடவடிக்கையில் ஆணையரை நியமித்திட மனுச்செய்யலாம்.

வழக்கில் முன்னிலையாகிய வாதி, எதிர்வாதியின் வழக்கறிஞர்கள் தொடர்ந்து நிறைவேற்றுமனு நடவடிக்கையிலும் முன்னிலையாகிடும்போது வக்காலத் தாக்கல் செய்யவேண்டியதில்லை, "நான் தொடர்ந்து முன்னிலையாகிறேன் (I continue to appear) என்று குறிப்பிட்டால் போதுமானதாகும்.

நிறைவேற்று மனு நடவடிக்கையில் எதிர்மனுதாரர்/எதிர்வாதிக்கு பொதுஅறிவிப்பு அனுப்புதல் வேண்டும். பொது அறிவிப்பைச் சாதாரணமாகவும் அவசரத்தன்மையதாகவும் அனுப்பலாம். பொது அறிவிப்பைச் சாதாரணமாக அனுப்புவதற்கு நபர் ஒருவருக்கு ரூ 2.25 காசுகளுக்குரிய நீதிமன்றக் கட்டண முத்திரைவில்லையைப் படிக்குறிப்பில் ஒட்டுதல் வேண்டும். பொது அறிவிப்பு அவசரத்தன்மையதாக அனுப்பப்பட வேண்டியதாக இருந்தால், ரூ 3.50 காசுகளுக்கு நீதிமன்றக் கட்டண முத்திரைவில்லையைப் படிக்குறிப்பில் ஒட்டுதல் வேண்டும். எதிர்மனுதாரர்கள் எதிர்வாதிகள் ஒரே வீட்டில் ஒரே தெருவில் இருந்தால், முதல் நபருக்கு ரூ 2.25 அல்லது ரூ 3.50 காசுகளுக்கு நீதிமன்றக் கட்டண முத்திரைவில்லையை ஒட்டி, மற்றைய நபர்களுக்குத் தலா ரூ 1.15 காசுகள் அல்லது ரூ 1.75 காசுகள் நீதிமன்றக் கட்டண முத்திரைவில்லைகளை ஒட்டுதல் வேண்டும்.

நிறைவேற்று மனுவில், ரூ 2.50 காசுகளுக்கு முத்திரைவில்லை ஒட்டப்படுதல் வேண்டும்.

சொத்தை சுவாதீனம் எடுத்தல் (Delivery):

நபர் ஒருவர் தமது சொத்தைச் சுவாதீனம் எடுக்க நீதிமன்றத்தில் ஆணையைப் பெற்று தண்டோராக்கூலி ரூ 20/- உட்படியைச் செலுத்தினால், அமீனா சொத்து இருக்குமிடத்திற்கு வந்து வாதி, எதிர்வாதி மற்றும் இரு சாட்சிகள் முன்னிலையில் டாம்டாம் போட்டு சொத்தைச் சுவாதீனம் எடுத்து, அதனை வாதியிடம் ஒப்படைப்பார். சொத்தைச் சுவாதீனம் எடுக்கும்போது, வாதி, எதிர்வாதி, சாட்சிகள் மற்றும் டாம்டாம் போட்டவரிடம் அமீனா கையொப்பத்தைப் பெறுதல் வேண்டும். அதன் பிறகு நீதிமன்றம் சுவாதீனம் எடுக்கப்பட்டதைப் பதிவு செய்யும். சுவாதீனம் எடுக்கும்போது எதிர்வாதியோ அவரது சார்பில் வேறு எவருமோ அமீனாவுடன் சண்டையிட்டால் அமீனா காவல் துறையினரின் உதவியைப் பெற்றிட அனுமதியளித்திட நீதிமன்றத்தில் மனுதாக்கல் செய்யலாம்.

சம்பளப் பற்றுகை:

நபர் ஒருவர் மற்றொரு நபரின் சம்பளத்தைப் பற்றுகை செய்ய நிறைவேற்று மனு தாக்கல் செய்திருக்கும்போது, அவர் படி செலுத்தினால், எதிர்வாதியின் சம்பளத்திலிருந்து மாதாமாதம் நிறைவேற்று மனுவில் குறிப்பிட்டுள்ள தொகையைப் பிடித்தஞ்செய்து அனுப்பிட எதிர்வாதிக்குச் சம்பளம் அளிக்கும் அதிகாரிக்கு (கார்னிஷக்கு) நீதிமன்றம் கட்டளையிடும்.

தொகையை வரவுவைத்து மேற்குறிப்பு எழுதுதல்:

நிறைவேற்று மனுமீதான நடவடிக்கையில் எதிர் மனுதாரர்/ எதிர்வாதி தொகையைச் செலுத்தும்போதெல்லாம் அதனைப் பெற்றுக்கொண்டு நீதிமன்றக் கட்டில் மனுதாரர்/வாதியின் வழக்கறிஞர் தொகையை குறிப்பிட்டு மேற்குறிப்பு எழுதிக் கையொப்பமிடுதல் வேண்டும். தொகை முழுவதும் செலுத்தப்பட்ட பிறகு மனுதாரர்/வாதியின் தரப்பில் "Full Statisfaction Memo" தாக்கல் செய்தல் வேண்டும். ஒரு பகுதி மட்டும் செலுத்தப்பட்டால் பகுதிச் செலுத்தும் குறிப்பு (part payment memo) தாக்கல் செய்தல் வேண்டும்.

சொத்து விற்பனை செய்யப்படுதல்:

எதிர்வாதியிடமிருந்து வரப்பெற வேண்டிய கடன் தொகையை, நிலத்தைப் பற்றுகை செய்து நீதிமன்றத்தில் ஏலத்திற்குக் கொண்டுவந்து விற்பனை செய்து வசூல் செய்து கொடுத்திட நிறைவேற்று மனுவில் பரிகாரம் கோரியிருக்கும்போது, நிலத்தை முதலில் அமீனா மூலம் பற்றுகை செய்வதற்கு தண்டோரா கூலி ரூ 20/- உட்பட படி செலுத்த வேண்டும். இந்த நடவடிக்கையில் அமீனா நிலமிருக்கும் இடத்திற்குச் சென்று வாதி, எதிர்வாதி மற்றும் இரு சாட்சிகள் முன்னிலையில், டாம்டாம் போடச் செய்து நிலம் பற்றுகை செய்யப்பட்டுள்ளதென அறிவிப்பார். அதன் பிறகு அந்த நிலம் நீதிமன்றத்தால் பற்றுகை செய்யப் பட்டுள்ளதென சம்பந்தப்பட்ட சார்பதிவாளர் அலுவலகத்திற்குத் தகவல் கொடுப்பார். அந்தப் பற்றுகை வில்லங்கச் சான்றிதழிலும் பதிவு செய்யப்படும்.

ஏல இஸ்தியாரில் குறிப்பிடப்பட்டுள்ள சொத்தின் மதிப்புத் தொகையைக் குறைத்தல்:

ஏல இஸ்தியாரில் குறிப்பிடப்பட்டுள்ள சொத்தின் மதிப்புக்கு நபர் எவரும் ஏலம் கேட்க முன் வராதபோது, அதன் மதிப்புத் தொகையைக் குறைத்துக் கொண்டிட நீதிமன்றத்தில் மனுவையும் அபிடவிட்டையும் தாக்கல் செய்து அனுமதியைப் பெறுதல் வேண்டும். இதிலும் எதிர்மனுதாரர்/எதிர்வாதிக்கு அறிவிப்பு கொடுத்தல் வேண்டும். எதிர்மனுதாரர்/எதிர்வாதி ஆட்சேபிக்கும் பட்சத்தில் நீதிமன்றம் வாத, பிரதி வாதங்களைக் கேட்டு திருப்தியடையும் சூழ்நிலையில் மனுவை அனுமதித்து, நிலத்தின் மதிப்புத் தொகையைக் குறைக்கும்.

✳ ✳ ✳